எடின்பரோ குறிப்புகள்

எடின்பரோ குறிப்புகள்

இரா. முருகன்

எழுத்து
பிரசுரம்

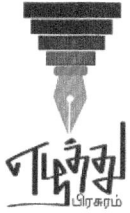

Title: Edinburgh Kurippugal
Author's Name: Era. Murugan
Copyright © Era. Murugan -2025
Published by Ezutthu Prachuram

All rights reserved. No part of this publication may be reproduced, stored in a retrieval system, or transmitted, in any form or by any means, electronic, mechanical, photocopying, recording, psychic, or otherwise, without the prior permission of the publishers.

Ezutthu Prachuram
(An imprint of Zero Degree Publishing)
No.75 & 76, Ist Floor, Kuppusamy Street,
Balaji Nagar,
Padi,
Chennai - 600050

Website: www.zerodegreepublishing.com
E Mail id: zerodegreepublishing@gmail.com
Phone: 89250 61999

Ezutthu Prachuram First Edition: March 2025
ISBN: 978-93-48439-13-0
TITLE NO EP:562

Rs. 140/-

Cover Design & Layout: Vijayan, Creative Studio
Printed at Rathna Offset, Chennai, India

பொருளடக்கம்

1. எடின்பரோ வந்தேன் 7
2. எடின்பரோ கில்மோர் தெரு 11
3. எடின்பரோ தோப்புத் தெரு 14
4. ஜியார்ஜ் பெஸ்ட் 16
5. சார்லஸ் இளவரசர் 18
6. எடின்பரோ - வேட்டி பறிபோன கதை 20
7. எடின்பரோ தேர்தல் 23
8. எடின்பரோ - கலாசாரம் 25
9. யானை போலோ 26
10. எடின்பரோ - லண்டன் 28
11. லண்டன் போகும் ரயில் 31
12. இன்னும் கொஞ்சம் லண்டன் 34
13. லண்டன் பத்மநாப ஐயர் 36
14. லண்டனில் சுற்றி வந்தேன் 39
15. ஆண்ட்ரூ லாய்ட் வெப்பரும் ஓபராவும் 41
16. எடின்பரோவுக்கு அரசூர் அருகேதான் 43
17. எடின்பரோ இங்கிலீஷ் 47
18. எடின்பரோ - தேர்தல் நெருங்குகிறது 48
19. எடின்பரோ - நிகழ்கலை விழா 52
20. மலையாள மலர்கள் 59

21.	எடின்பரோ – லைசியம் தியேட்டர்	63
22.	பேசிக் இன்ஸ்டிங்க்ட்	67
23.	எடின்பரோ – மறுபடி லண்டன்	68
24.	எடின்பரோ – லண்டன் மறுபடி 2	69
25.	லண்டன் – மகாராணி புகைப்படம்	71
26.	லண்டன் – தி ஸ்ட்ரீட்	72
27.	நம்புங்கள் நாராயணனை	73
28.	இங்கிலாந்து தேர்தல் கணக்கு	77
29.	எடின்பரோ – ஊர் சுற்றி வந்தபோது	80
30.	எடின்பரோ – எழுத்தாளர் மியூசியம்	83
31.	எடின்பரோ - பாலே	85
32.	எடின்பரோ – பேட்டை பத்திரிகை	88
33.	எடின்பரோ – கவிஞர் சந்திப்பு	91
34.	பி.பி.சிக்கு வேண்டாத விருந்தாளி	94
35.	இங்கிலீஷ் லாட்டரி	96
36.	எடின்பரோ – மாடர்ன் ஆர்ட் காலரி	99
37.	எடின்பரோ கால்பந்து ரசிகர்கள்	101
38.	எடின்பரோ – அள்ளிக்கொள்ள புத்தகங்கள்	104
39.	வால்ட்டர் த லாமேர்	107
40.	எடின்பரோ கோடை	108
41.	எடின்பரோ ஸ்காட்டிஷ் அகாதமி	110
42.	மூரியல் ஸ்பார்க்	113

எடின்பரோ வந்தேன்

மறுபடியும் இங்கிலாந்தில் டேரா போடக் கிளம்பி வந்து ஒரு மாதத்துக்கு மேல் ஓடிவிட்டது. வழக்கம்போல் யார்க்ஷயர் இல்லை இந்த முறை. ஸ்காட்லாந்து. பழைய விக்டோரியா வாசனை யார்க்ஷயரைவிடத் தூக்கலாக அடிக்கிற ஹைலாண்ட் என்ற உசரமான வடக்குப் பகுதி. சந்து பொந்து, கல் பதித்த நடைபாதை, காரோடும் வீதி, கட்டடம் எல்லாம் முன்னூறு வருடம் பழசு. 1760ஆம் வருடம் தொடங்கிய மதுக்கடை இன்னும் அப்படியே இருக்கிறது. கடைசி மர பெஞ்சில் பியர் குடித்துக் கொண்டிருந்தவர்கள் முன்னூறு வருடமாக அங்கேயே உட்கார்ந்திருக்கிறதாகத் தெரிந்தது.

தெருவில் நடந்தால் அங்கங்கே குட்டைப் பாவாடைகள் தட்டுப்படுகின்றன. கிழவர்கள், மத்திய வயசன்மார் என்று ஆண்கள் தான் எல்லா பாவாடைச் சாமிகளும். சிவப்பிலும் பச்சையிலும் சதுரம் சதுரமாக ஏகப்பட்ட ப்ளீட்டோடு முழங்காலுக்குக் கீழே இறங்காத இந்த ஆம்பளைங்க சமாச்சாரம்தான் ஸ்காட்லாந்தின் தேசிய உடையான கில்ட். எப்பவும் வேகமாகக் காற்று வீசுகிற பிரதேசமாகையால், ஆத்தாடி(டா) பாவாடை காத்தாட, அப்புறம் கொஞ்சம் மேலே உயர, அதைப் பற்றி ரொம்ப அலட்டிக் கொள்ளாமல், கழுத்தில் டை முடிச்சைக் கவனமாகச் சரிப்படுத்திக்கொண்டு இந்த அடலேறு ஆண்கள் ரயிலை, பஸ்ஸைப் பிடிக்க ஓடுகிறார்கள்.

வீட்டுப் பக்கத்துக் கடையில் கில்ட் என்ன விலை என்று விசாரித்தேன். சும்மா வம்புக்குத்தான். விலை உயர்ந்த த்ரீ பீஸ் சூட்டை விட குட்டைப் பாவாடை இரண்டு மடங்கு அதிக விலை. கிறிஸ்துமஸ் நேரத்தில் வந்தால் தள்ளுபடி செய்து கம்மி விலைக்குத் தருகிறேன் என்று ஆசை காட்டினார் கடைக்காரர். ஊஹூம். வேணாம். அதை மாட்டிக்கொண்டு தெருவில் நடக்க எனக்குத் தைரியம் கம்மி.

தெருவுக்குத் தெரு இரண்டு சர்ச். ஞாயிற்றுக்கிழமை காலையில் சர்ச் வாசலில் பளிச் என்று விளம்பரங்கள். ஆங்கிலோ சாக்சன் சர்ச் பலகையில் '*Under the same management for the past two thousand years*'. எதிர் வரிசையில் ஸ்காட்டிஷ் சர்ச் வாசலில் '*Fight Truth decay. Brush with Bible*'.

பிரிட்டிஷ் பத்திரிகைகள் இந்த இரண்டு வருடத்தில் ரொம்ப மாறவில்லை. ஆனாலும், தமிழ்ப் பத்திரிகையிலிருந்து வந்து யாராவது கிளாஸ் எடுத்தார்களோ என்னமோ, முன்னைக்கிப்போது அதிகம் இலவச இணைப்புகளை மும்முரமாகப் பத்திரிகையோடு வினியோகித்துக் கொண்டிருக்கிறார்கள். ஞாயிற்றுக்கிழமை பத்திரிகையோடு சினிமாப்பட டிவிடி முற்றிலும் இலவசம். இஸ்மாயில் மெர்ச்சண்டின் 'ஹீட் அண்ட் டஸ்ட்', வால்ட் டிஸ்னி படமான 'லயன் கிங்' என்று இப்படியான ஓசி டிவிடிகள் என் அலமாரியை வேகமாக நிறைத்துக்கொண்டிருக்கின்றன.

எடின்பரோ செய்தித்தாள் நிருபர்கள் மகா காரியமாக இந்த ஊரை தினசரி நாலு தடவை பிரதட்சிணமாகச் சுற்றி வந்து (என்ன, நம்ம காரைக்குடி பரப்பளவு இருக்குமா?) மாய்ந்து மாய்ந்து செய்தி உருவாக்கி சாயந்திரங்களில் அச்சடித்து இறக்குகிறார்கள். படிக்கக் கொஞ்சம் வினோதமாக இருக்கிறது இந்தப் பேட்டைப் பத்திரிகை பலதும்.

உதாரணத்துக்கு முந்தாநாள் சாயந்திர முதல் பக்கச் செய்தி

எடின்பரோ பிரின்சஸ் வீதியில் – இந்த 'ராஜகுமாரர்கள் வீதி' நம் அண்ணா சாலை போல்; அதில் காலே அரைக்கால் நீளம்கூட வராது என்றாலும் ஒரு கடையில் பொம்மைத் துப்பாக்கியைக் காட்டிக் கொள்ளையடித்த திருடன் கடை வாசலுக்கு வந்ததும் குற்ற உணர்ச்சி தாங்காமல் தேம்பித் தேம்பி அழ

ஆரம்பித்தான். பத்து நிமிடம் இப்படி அழுத பிறகு தெருவோடு நடந்து போன ஒரு போலீஸ்காரர் இந்த ஆளைத் தோளைத் தட்டிக் கண்ணைத் துடைத்துவிட்டு விஷயம் என்னவென்று விசாரிக்க, 'கொள்ளையடிச்சிட்டேன் அண்ணாச்சி' என்று நம்மாள் போலீஸ்காரர் தோளில் சாய்ந்து இன்னும் அதிகம் விம்மியழுதிருக்கிறான். மனசு கனக்க காவலர் அழுவாச்சித் திருடனை காவல் நிலையம் கூட்டிப் போக, வழக்கு நடக்கிறதாம். கோர்ட் கச்சேரியில் வக்கீல், நீதிபதி, குமாஸ்தா எல்லோரும் கூட்டமாக அழுது மூக்கைச் சிந்தி முன்னூற்றைம்பது வருடச் சுவரில் தடவாமல் இருந்தால் சரிதான்.

ஊரில் தெருவுக்கு நாலு உணவு விடுதி இந்தியச் சாப்பாட்டுக் கடை. அதாவது வடக்கத்திய ரொட்டி, னான், லாம்ப் டிக்கா, கபாப், தட்கா தால், பிண்டி சப்ஜி, மொகலாய் பிரியாணி வகையறா தான் மொத்த இந்தியாவிலும் மக்கள் சாப்பிடும் உணவு என்று அடம்பிடித்து ஊரை உலகத்தை நம்ப வைக்கிற வகை. இந்த ரெஸ்டராண்ட்காரர்கள் தொண்ணூறு சதவிகிதம் பங்களாதேஷ்காரர்கள்.

வைக்கோல் சந்தை பகுதியில் (ஹே மார்க்கெட்) டால்ரி தெருவில் நீள நடந்தால், வரிசையாக முடிதிருத்தகங்கள். ஹேர் டிரஸ்ஸர் என்று எந்த விளம்பரப் பலகையும் சொல்லவில்லை. 'பார்பர் ஷாப்' தான் எல்லாம். நாலு பார்பர் ஷாப்புக்கு நடுவில் 'வெராந்தா' என்று ஒரு ரெஸ்டராண்ட். உள்ளே கிளின்ட் ஈஸ்ட்வுட் புகைப்படம். இங்கே பல தடவை வந்து பிரியாணி சாப்பிட்டுப் போயிருக்கிறாராம் அவர். ஸ்காட்லாந்துக்காரரான 'ஜேம்ஸ்பாண்ட்' புகழ் ஷான் கானரி வந்து சப்பாத்தி சாப்பிட்டிருக்கிறாரா என்று விசாரித்தேன். முன்னொரு காலத்தில் எடின்பரோவில் சாமானியமான பால்காரராக இருந்து அப்புறம் சூப்பர் ஸ்டாராக மாறிய ஷான் கானரி ஸ்காட்லாந்தில் தங்குவதே அபூர்வமாம்,

வெராந்தா ஓட்டல் மெனு கார்டில் பத்தாவது ஐட்டம் 'மதராஸ் சாம்பார்'. படுகுஷியாக ஆர்டர் செய்தால் திட பதார்த்தமாக ஒரு வஸ்து சுடச்சுட மேசைக்கு வந்து சேர்ந்தது. ஓட்டல் சமையல்காரர்கள் முன்னே பின்னே மதராஸையும் பார்த்ததில்லை, சாம்பாரையும் பார்த்ததில்லை என்பதால் உத்தேசமாகச் செய்து ஒப்பேற்றிய சமாச்சாரம் அந்த சாம்பார். அது வயிற்றுக்குள்

ரொம்ப நேரம் அமர் சோனார் பங்க்ளா என்று பெங்காலியில் உரக்கப் பாடிக்கொண்டிருந்தது.

பி.பி.சியில் வழக்கம்போல் இரண்டாம் உலக யுத்த டாக்குமெண்டரி காட்டிய நேரம் போக பிரதமர் டோனி பிளேர் சொற்பொழிகிறார். சும்மா சொல்லக்கூடாது. பொய் சொன்னாலும் புஷ்ஷைவிட நம்பும்படி சொல்கிறார். சேனல் நாலு டிவியில் வழக்கமான ஜான் ஸ்நோ, நம்மூர் கிருஷ்ணன் குருமூர்த்தி கூட்டணி வெற்றிகரமாக செய்தி படித்துக் கொண்டிருக்கிறது. கிருஷ்ணனின் சகோதரி கீதா குருமூர்த்தி பிபிசியில் இப்போது மிஸ்ஸிங்.

இந்தியா அசுர வேகத்தில் முன்னேறிக்கொண்டிருக்கிறது என்று எல்லா பிரிட்டீஷ் சானலிலும் மாய்ந்து மாய்ந்து சொல்கிறார்கள். நம் நாட்டுப் பொருளாதார முன்னேற்றம் உலகிலேயே அதிகமான ஆறரை சதவிகிதம் என்று தெரிகிறது. கூடவே வேகவேகமாக முன்னணிக்கு வருவது சீனா. அங்கே இப்போது *‘Communism is spelt with the smallest C’* என்று பிபிசி செய்தியாளர் ஜோக் அடிக்கிறார்.

காலை டெலிவிஷன் ‘ஹார்ட் டாக்’ பேட்டியில் ப.சிதம்பரமும், இன்போசிஸ் நாராயணமூர்த்தியும் உற்சாகமாக இன்னும் ஒளிமயமான எதிர்காலம் இந்தியாவுக்கு உண்டு என்று சொல்கிறார்கள். மார்க்சிஸ்ட் கம்யூனிஸ்ட் கட்சி பொலிட்பீரோ உறுப்பினர் பிருந்தா காரத் சங்கடத்தோடு சிரிக்கிறார். மத்திய அரசை ஆதரித்துக்கொண்டே எதிர்க்க வேண்டிய, *‘running with the hares and hunting with the hounds’* தனமான நிலைமை மார்க்சிஸ்டுகளுக்கு. ‘இந்தியா முன்னேறிவருகிறது. ஆனால் வளர்ச்சி அடையவில்லை’ என்கிற மாதிரி பிருந்தா சொல்லும்போது அவருடைய நெற்றியைவிடப் பெரிய பொட்டில் முகத்தை மறைத்துக்கொள்ள முயல்கிறார். *How do you spell communism, comrade Brinda?*

எடின்பரோ கில்மோர் தெரு

பிரதமர் டோனி பிளேய்ர் அவருடைய ஆட்சிக்காலத்திலே முதல் தடவையாக பிரிட்டீஷ் காமன்ஸ் அவையான நாடாளுமன்றத்தில் தோல்வியைத் தழுவியிருக்கிறார். தீவிரவாதத்துக்காகக் கைது செய்யப்பட்டவர்களைக் காரணம் காட்டாமல் ஆறு மாத காலம் காவலில் வைக்க வழிசெய்ய அரசாங்கம் கொண்டு வந்த மசோதா தோற்கடிக்கப்பட்டிருக்கிறது.

எலிசபெத் மகாராணியை 'முதல் இஸ்லாமிய விரோதி' என்று அல் க்வய்தா அறிவித்தது, பிரான்சில் இரண்டாம் தரக் குடிமக்களான சிறுபான்மையினரின் கலவரம் பதினேழு நாளாகத் தொடர்வது என்று காரணங்களை அடுக்கி மசோதாவைச் சட்டமாக்க மீண்டும் அவர் முயற்சி செய்யலாம்.

பத்திரிகைகளும் தொலைக்காட்சி சேனல்களும் ப்ளேய்ரின் தோல்வியைப் பற்றி விரிவாக விவாதிக்க, ஸ்காட்லாந்தில் யாரும் அதையெல்லாம் குறித்துக் கவலைப்பட்டதாகத் தெரியவில்லை. குளிர்காலம் இன்னும் வராமல் போக்குக்காட்டிக் கொண்டிருப்பது தான் பொதுவான பேச்சு விஷயமாக இருக்கிறது. ஒரு நாளைக்கு ஏழு டிகிரி செல்சியஸ், அடுத்த நாள் நல்ல மழை, மூன்றாம் நாள் சூறாவளிக் காற்று, நாலாம் நாள் பளிச்சென்று இளம் வெயில் என்று காலநிலை குஷியாக மாறிக்கொண்டிருக்கிறதில் இருக்கிற சுவாரசியத்தைப் பலரும் கண்டுகொள்வதில்லை என்பதில்

எனக்குக் கொஞ்சம் வருத்தம்தான்.

கில்மோர் தெருவில் பச்சை மிளகாய், படேகர் ஊறுகாய், இந்தி, உருது சினிமா காசெட் மற்றும் பலசரக்கு விற்கும் கடை வைத்திருக்கும் பாகிஸ்தானி நண்பர் உருளைக்கிழங்கு போண்டாவையும் சமோசாவையும் எனக்காக மைக்ரோ அவனில் சூடு படுத்திக்கொண்டே பிளேய்ர், புஷ் மற்றும் உலக அரசியல் தலைவர்களை வன்மையாகக் கண்டிக்கிறார். பாகிஸ்தான் பூகம்ப நிவாரணத்துக்கு உதவி செய்யாமல் இந்தக் கனவான்கள் கையை இழுத்துக் கொண்டதால் லட்சக்கணக்கில் அங்கே மக்கள் இன்னும் இறப்பது உறுதி என்கிறார் அவர். கடை உண்டியலில் ஒரு பவுண்ட் போட்டு அவர் மன்மோகன்சிங்கைத் திட்டுவதை இப்போதைக்கு நிறுத்தி வைத்தேன்.

டால்ரி தெருவை ஒட்டி கால்டேனியன் தெருவில் அறுநூறு பவுண்ட் வாடகைக்கு வீடு பார்த்தேன். ‘அங்கேயா? போதை மாத்திரை உபயோகிக்கிறவர்கள் நிறைய உண்டேப்பா. டால்ரி தெருவுக்குத் தெற்கே தோப்புத் தெருவில் வீடு ஏகத்துக்குக் கிடைக்குது. போய்ப் பாரு’ என்றார் டாக்சி டிரைவர். கால்டேனியன் தெருவுக்கும் குரோவ் தெருவுக்கும் நடுவே நூறு மீட்டர்கூடத் தொலைவு இருக்காது. டிரக் அடிக்டுகள் எந்த சத்தியத்துக்குக் கட்டுப்பட்டு நூறு அடி தாண்டி இந்தாண்டை வருவதில்லை என்பது புரியவில்லை.

எடின்பரோ தெருக்களில் சுமார் பரபரப்பு போக்குவரத்துக்கு நடுவில் டிராபிக் சிக்னலைத் துச்சமாக மதித்து மக்கள் இஷ்டத்துக்குக் குறுக்கும் நெடுக்கும் சாலையைக் கடப்பது நம்ம ஊர் மாதிரித்தான் இருக்கிறது. நேற்று நாலு ஒட்டடைக் குச்சி இளைஞர்கள் சைக்கிளை ஓட்டிக்கொண்டு பிரின்சஸ் தெருவில் குறுக்கே பாய, ப்ரேக் பிடித்து நிறுத்திய பஸ் டிரைவர் சத்தம் இல்லாமல் சாவு கிராக்கி என்று ஆங்கிலத்தில் சொன்னது பஸ் கண்ணாடி தாண்டி எனக்கு அர்த்தமானது.

லோத்தியன் தெரு சினிமா தியேட்டர்களில் இங்கிலீஷ் சினிமா பார்க்க வரும் கூட்டம் பாதிக்கு மேல் சீனர்கள்தான். ரோமன் போலன்ஸ்கியின் புதுப்படமான ‘ஆலிவர் ட்விஸ்ட்’ போஸ்டரைப் பார்த்து ஓடியன் தியேட்டரில் நுழைய படம் தியேட்டரை விட்டுப் போயாச்சாம். ‘மிசஸ் ஹெண்டர்சன் பிரசண்ட்ஸ்’

படம் பரபரப்பாக எதிர்பார்க்கப்படுகிறது. *1930*-களில் தொடங்கி, இரண்டாம் உலக யுத்தம் முடிந்து அப்புறமும் லண்டனில் தொடர்ந்த முழு நிர்வாண நாடகத்தின் திரைப்பதிப்பு இது. 'நக்னமான பெண் உடலைக் காண வாய்ப்புக் கிடைக்காமல் யுத்தத்தில் எத்தனையோ இளைஞர்கள் இறந்துபோகிறார்களே' என்று வருந்தி அவர்களுக்காகத் தினசரி நடத்தப்பட்டதாம் இந்த நாடகம். அந்தக் காலத்தில் கடுமையாக இருந்த சென்சார்கள்கூட, 'நிர்வாணமாக ஆடினால்தான் குற்றம். அப்படியே அசையாமல் நின்றால் ஆட்சேபம் இல்லை' என்று சொல்லிவிட்டதால் இந்த நாடகத்தில் அசையாப் பாத்திரங்கள்தான் அதிகம் என்று தெரிகிறது. படம் பார்த்துவிட்டு மீதியைச் சொல்கிறேன்.

எடின்பரோ கோட்டைவரை போகும் லோத்தியன் தெருவில் நிறைய நாடகக் கொட்டகைகளும் உண்டு. அடுத்த மாதம் 'நட் கிராக்கர்' போன்ற ராயல் பர்மிங்ஹாம் ஆபரா இசை நாடகங்கள் வருவதை ஆவலோடு எதிர்பார்த்துக் கொண்டிருக்கிறேன். வீட்டுக்கு நேர் எதிர் கிங் தியேட்டரில் ஷேக்ஸ்பியரின் 'ட்வல்ஃத் நைட்' பார்க்க என்னமோ சுவாரசியம் இல்லை. கல்லூரியில் எந்தக் காலத்திலோ கரைத்துப் போட்டிய ட்வல்ஃத் நைட்டே இன்னும் முழுக்க சீரணமாகாமல் எதுக்களிக்கிறது.

லோத்தியன் தெருவில் '*1853*ம் வருடம் முதல் நடக்கும்' வர்த்தக நிறுவனங்களில் என் கவனத்தை ஈர்த்தது சவ அடக்கம் நடத்த ஏற்பாடு செய்யும் அண்டர்டேக்கர் கடை. கடை ஜன்னலில் கலர் கலராக விளம்பரப் புத்தகங்கள். 'நாலு தினுசான சவ அடக்கத் திட்டங்கள், 'கல்லறை எழுப்ப எட்டு அழகான அமைப்புகள், 'சவ அடக்கத்துக்கான சேமிப்புத் திட்டம்', 'லிமோசின் டாக்சியில், சீருடை அணிந்த டிரைவர் ஓட்டிப் போகும் சொகுசு வசதி' என்று ஆசை காட்டி அழைக்கின்றன இவை. இதில் என் ஓட்டு 'நாளைய சவ அடக்கம் இன்றைய கட்டணத்தில்' *(Tomorrow's funeral at today's rates')* விளம்பரத்துக்குத்தான். அரை இருட்டில் மிதந்த கடைக்குள் எட்டிப் பார்த்தேன். இரண்டு சவப் பெட்டிகளுக்கு நடுவே, சின்னக் கண்ணாடியை முகத்துக்கு நேரே பிடித்து உதட்டில் லிப்ஸ்டிக்கை சரிப்படுத்திக் கொண்டு நின்ற இளம்பெண் மனதை விட்டுப் போகமாட்டேன் என்று இன்னும் அங்கேயே நிற்கிறாள்.

எடின்பரோ தோப்புத் தெரு

தோப்புத் தெருவில் ஒரு வீடு பார்த்து, ஐநூற்றுத் தொண்ணூறு பவுண்ட் குடக்கூலி பேசிக் குடிபுகுந்தானது. வீட்டுக்குள் காலடி எடுத்து வைத்ததும் மசமசவென்று நாலாக மடித்த காகிதத்தில் 'வீட்டைத் தற்போது ஆக்கிரமித்துள்ளவருக்கு' என்று ஒரு கடிதம் கண்ணில் பட்டது. அந்த 'பிரசன்ட் ஆக்குப்பையர்' நானானபடியால் என்ன சமாசாரம் என்று சடுதியில் கடுதாசைப் பிரிக்க, சர்க்கார் நோட்டீஸ்.

'இதனால் தெரிவிப்பது என்னவென்றால், மாட்சிமை பொருந்திய எலிசபெத் மகாராணியின் சாம்ராஜ்ஜியத்தில் நீர் சட்ட விரோதமாக ஒரு டெலிவிஷன் பெட்டியை வீட்டில் வைத்து சுகமாக எல்லா நிகழ்ச்சிகளையும் கண்டுகளிக்கிறீர். ஆனாலும் அதற்கான வருடாந்திர கிஸ்தியான நூற்று இருபத்தொன்பது பவுண்ட் தொகையை மாட்சிமை பொருந்திய மகாராணியாரின் அரசாங்க கஜானாவில் அடைக்கிற விஷயத்தை மட்டும் ஏனோ செய்யாதிருக்கிறீர். உடனே அதை ஃபைசல் செய்கிறீரா அல்லது மேற்படி மா.பொ.ம ஏற்படுத்திய கோர்ட்டுக் கச்சேரிப் படியேறி அங்கே மா.பொ.ம நீதிபதி விதிக்கும் மா.பொ.ம உச்சபட்ச தண்டனைக்கு உட்படுகிறீரா? உடனே பதில் தேவை.'

கப்பம் கட்டத் தாக்கீது வந்த கட்டபொம்மனாக மீசை துடிக்க, விஷயத்தை ஆராய்ந்தபோது பிரிட்டீஷ்காரர்களின்

தொலைக்காட்சி நிகழ்ச்சி மட்டுமில்லாமல் டெலிவிஷன் பெட்டி லைசன்ஸ் சமாச்சாரமும் இன்னும் 1940-களிலேயே சர்ச்சில் விட்ட சுருட்டுப் புகையாகச் சுற்றிக்கொண்டிருப்பது அர்த்தமானது. தாட்சர் அம்மையார், ஜான் மேஜர், டோனி பிளேய்ர், அவருடைய இடத்தைப் பிடிக்கத் துடிக்கும் கார்டன் ப்ரவுன், எதிர்க்கட்சிக்கார இளைஞர் டேவிட் காமரூன் இப்படி யார் பிரதமராக வந்து லண்டன் மாநகரத்தில் பத்து, டவுனிங் தெரு வீட்டுச் சுவரில் ஆணியடித்து காலண்டர் மாட்டினாலும், பொதுஜனம் தரும் டெலிவிஷன் லைசன்ஸ் பணத்தை வைத்துத்தான் மா.ம.பிரிட்டீஷ் சாம்ராஜ்ஜியம் திவாலாகாமல் ஓடிக்கொண்டிருக்கிறது என்ற விஷயம் புரிந்தது.

ஆனாலும் முந்தாநாள் குடியேறிய வீட்டுக்கு ஒரு வருட டெலிவிஷன் லைசன்ஸ் பாக்கியை அடைக்க எனக்கு என்ன மா.பொ,ம கிறுக்கா பிடிச்சிருக்கு? உடனே கிஸ்தி கேட்ட பானர்மான் துரைக்கு விஷயத்தை எடுத்தோதி, சல்லிக்காசுகூடத் தரமுடியாது என்பதை அறிவித்தேன். 'உன்னை யாருப்பா கட்டச் சொன்னது? உனக்கு முன்னாடி இருந்த ஆள் பணம் தராமல் டிமிக்கி கொடுத்திட்டான். அதான் நோட்டீசு விட்டோம்' என்று அடுத்த நாளே டாணென்று பதில் கடிதாசு வந்து சேர்ந்தது.

மீசையை டிரிம் செய்தேன். புது டெலிவிஷன் பெட்டி வாங்கி, எழவெடுத்த லைசன்ஸ் எடுக்க வேண்டும்.

ஜியார்ஜ் பெஸ்ட்

போன வாரம் டெலிவிஷனும் பத்திரிகைகளும் கால்பந்தாட்ட வீரர் ஜியார்ஜ் பெஸ்ட் பற்றிய செய்திகளாலேயே நிரம்பி வழிந்தன. அறுபதுகளில் மான்செஸ்டர் யுனைடெட் குழுவில் விளையாடி உள்நாட்டிலும் ஐரோப்பிய கால்பந்தாட்டப் போட்டிகளிலும் தூள் கிளப்பிய பெஸ்ட், அப்புறம் அடிக்கடி புது ஜோடி சேர்த்துக்கொள்கிற, குடித்துவிட்டு கலாட்டா செய்கிற விஷயங்களுக்காக மாத்திரம் அவ்வப்போது பத்திரிகைகளில் செய்தியாக வந்துகொண்டிருந்தார். அவர் கல்லீரல் மோசமடைந்து ஆள் பிழைப்பது கஷ்டம் என்று தெரியவந்ததும் மறுபடி மீடியா 'பெஸ்ட் பெஸ்ட்' என்று ஜபம் செய்ய ஆரம்பித்தது.

பிரக்ஞை தவறிய பெஸ்டின் ஆஸ்பத்திரிப் படுக்கையைச் சுற்றி அவருடைய அந்தக் கால சகபாடிகள் நின்று உரக்கக் கெட்ட வார்த்தை சொல்லித் திட்டினார்கள். அதைக் கேட்டாவது பெஸ்ட் பழைய கால்பந்தாட்ட நினைவு திரும்பி உடனே விழித்துக்கொள்ள மாட்டாரா என்ற அவர்களின் ஆசை நிறைவேறாமல் போய்ச்சேர்ந்தார் அவர். அப்போது அவருக்கு வயது 59.

வடக்கு அயர்லாந்துப் பகுதிக்காரரான பெஸ்டின் உடல் பெல்பாஸ்ட் நகரில் அவருடைய வீட்டுக்கு வந்து சேர்ந்தபோது

வாசலைச் சுற்றிப் பெருந்திரளாக ரசிகர் கூட்டம். செடியும் கொடியுமாக ஒருவர் மட்டுமே உள்ளே நுழையக்கூடிய அந்த வாசலில் ஒரு தள்ளுவண்டியை வைத்து ஒருவர் இழுக்க, பின்னால் ஒருவர் தள்ள சவப்பெட்டியை மெல்ல உருட்டி உள்ளே எடுத்துப்போனார்கள். துக்கத்தையும் கண்ணியமாக, சுற்றுச் சூழலுக்கு இடைஞ்சல் இல்லாமல் காட்ட, பிரிட்டீஷ்காரர்களுக்கு இணை அவர்கள் தான்.

சார்லஸ் இளவரசர்

பிரிட்டிஷ் இளவரசர் சார்லஸ் அதிர்ஷ்டம் இல்லாதவர் என்பதற்கு, அறுபது வயதை நெருங்கியபோதும் இன்னும் அவர் இளவரசராகவே இருப்பதே சான்று. அன்னாரின் அம்மா எலிசபெத் மகாராணியார் தள்ளாத வயதிலும் திடகாத்திரமாக நடமாடிக்கொண்டிருக்க வாராவாரம் ஞாயிற்றுக்கிழமை இங்கிலாந்து முழுவதும் உள்ள தேவாலயங்களில் பூசை நேரம் முடிந்து நிகழ்த்தப்படும் ரெகுலர் பிரார்த்தனை காரணமாக இருக்கலாம் "பரமண்டலத்தில் இருக்கும் பிதாவே, எங்கள் மகாராணியை திடகாத்திரமாக நாடாள வைப்பீராக".

இப்படி எலிசபெத் மகாராணிக்கான பிரார்த்தனை முடிந்ததும் இன்னொரு கொசுறுப் பிரார்த்தனையும் எல்லாத் தேவாலயங்களிலும் அரங்கேறுவது வழக்கம். "பிதாவே, அப்படியே ராணியம்மாவின் வீட்டுக்காரரும் எடின்பரோ கோமகனும் ஆன ராஜகுமாரர் பிலிப், ராணியம்மாவின் மகனும் வேல்ஸ் இளவரசருமான சார்லஸ் இவங்களும் நல்லா இருக்கட்டும். ஆமென்."

காலம் சென்ற டயானா, சார்லஸ் இளவரசருக்கு மனைவியாக இருந்தவரை அவருடைய பெயரும் பிரார்த்தனையில் இடம்பெற்றது. அவர் விவாகரத்து வாங்கியதும் கர்த்தர் காக்க வேண்டிய லிஸ்டில்

அவர் பெயரை ஞாபகமாக அடித்துவிட்டார்கள். ராஜாங்க உத்தரவு.

இப்போது சார்லஸ் இளவரசர் திரும்பக் கல்யாணம் செய்து கொண்டிருக்கிறார். எலிசபெத் ராணிக்கு இந்தக் கல்யாணத்தில் கொஞ்சம்கூட இஷ்டம் இல்லை. புதுசாக் கட்டிக்கிட்ட ஜோடியான கமீலா அம்மையார் சகிதம் சார்லஸ் இளவரசர் அமெரிக்காவுக்கு ஆர்ப்பாட்டமாகப் போய், புஷ்ஷோடு விருந்து சாப்பிட்டுத் திரும்பி வந்து பக்கிங்ஹாம் அரண்மனையில் அசதி தீர ஓய்வு எடுத்துக்கொண்டிருக்கிறார்.

இந்த நிலையில் போன வாரம் பக்கிங்ஹாம் அரண்மனை அதிரடியாக ஓர் அறிவிப்பு வெளியிட்டிருக்கிறது. அதன்படி, வாராவாரம் தேவாலயப் பிரார்த்தனையில் இடம் பெற வேண்டிய பெயர்கள் எலிசபெத் மகாராணி, அவங்க வீட்டுக்காரர் பிலிப், அவங்க மகன் சார்லஸ். அவ்வளவுதான். மேற்படி அறிக்கை மென்று முழுங்கிச் சொல்வது என்னவென்றால், கமீலா அம்மையாருக்காக நாட்டு மக்கள் பிரார்த்திக்க வேண்டாம்.

பரமண்டலத்தில் இருக்கும் பிதாவே, வழக்கம்போல் ராணியம்மா, கணவர் பிலிப், மகன் சார்லஸ் இவர்களை, இவர்களை மட்டும் காப்பாற்றவும். கமீலா எக்கேடும் கெட்டுப் போகட்டும். ஆமென்.

எடின்பரோ – வேட்டி பறிபோன கதை

தமிழ் எழுத்தாளனுக்கும், நார்வே நாட்டுப் பத்திரிகையாளருக்கும் என்ன சம்பந்தம்? நாலு சட்டை, ரெண்டு பேண்ட், ரெண்டு லுங்கி, ஒரு எட்டு முழ வேட்டி இத்தனையும்தான்.

தோப்புத் தெருவில் லாண்டரி கிடையாது. வீட்டில் சலவை மிஷின் இருந்தாலும் துவைக்க சோம்பல். பிளாஸ்டிக் பையில் துணியை எல்லாம் திணித்து, மாக்கு மாக்கென்று பவுண்டன் பிரிட்ஜ் ஏறித் திரும்பி, பியர் தொழிற்சாலைக்கு மேற்கே மேட்டுப் பிரதேசத்துக்கு மேல்மூச்சு வாங்க நடந்தேன். கில்மோர் தெரு வளைந்து திரும்பிய ஓரத்தில் பாட்டியம்மா லாண்டரி வாவாவென்று வரவேற்றது. அங்கே வழக்கம்போல் துணி வெளுக்கப் போட்டானது.

சாயந்திரம் அதையெல்லாம் திருப்பி வாங்கிவர இன்னொரு முறை மலையேறினால், பாட்டியம்மா என்னைப் பார்த்த பார்வையில் டிராகுலா, ஜியார்ஜ் புஷ், ப்ரங்காஸ்டின் என்று எல்லாப் பிசாசும் ஒரே உருவெடுத்து நடந்துவரக் கண்டதுபோல் பயம் தெரிந்தது.

தப்பு நடந்து போச்சு தம்பி என்றாள் அவள் அழமாட்டாக் குறையாக. வெளுக்கப் போட்ட வேட்டியை வெள்ளாவி வைத்து நார்நாராகக் கிழித்து விட்டார்களா கடை சிப்பந்திகள்? சட்டை சாயம் போய் லுங்கியிலிருந்து பஞ்ச வர்ணத்தைக் கடன் வாங்கிக் கொண்டதா? பேண்ட் சுருங்கி, அரை டிராயர் ஆகிவிட்டதா?

நோ டியர். உன்கிட்டக் காலையிலே கை நீட்டி வாங்கினேனே துணி, ஒண்ணையும் காணலை. பத்து நிமிஷம் முன்னாடி இஸ்திரி போட்டு இங்கேதான் தொங்கவிட்டிருந்தேன். இப்போ அம்பேல்.

சலவைத் துணி திருடும் யட்சிணி நடமாட்டம் கடைக்குள் இருக்கிறதா என்று நாலு திசையிலும் வாடையடிக்கச் சுருண்டு கிடந்த அழுக்கு மூட்டைகளுக்கு நடுவே நின்று ஆராய்ந்து கொண்டிருந்தபோது, சிப்பந்தி சீன மாது என் வெளுத்த துணியை பாட்டியம்மா பார்க்காத நொடியில் யாருக்கோ ராங் டெலிவரி கொடுத்த சமாச்சாரம் புலனானது.

ரெண்டு வாரம் சனிக்கிழமை விடிகாலை விரதம் இருக்கிறவன் போல் ஓட்ஸ் கஞ்சி குடித்து நடையாக நடந்து லாண்டரிப் படியேறினால், பாட்டியம்மா ஏழு லட்சம் தடவை மன்னிப்பு கேட்டபடி இருந்தாளே தவிர துணி போனது போனதுதான். பிரின்சஸ் கடைத்தெருவில் புது உடுப்பு நூறு பவுண்டு சொச்சத்துக்கு வாங்கி நிலைமையைச் சமாளிக்க வேண்டிய கட்டாயம்.

ரெண்டு நாள் முந்தி ஆபீஸில் இருக்கும்போது மொபைல் உற்சாகமாகக் கூவியது. சாம், உன்னோட துணி கிடைச்சாச்சு. ராத்திரி ஏழு மணிக்கு வந்துடு. வாங்கிட்டுப் போயிடலாம்.

பாட்டியம்மாதான். அவள் கூப்பிட்ட சாம் நான்தான். இங்கே சாம் ஆகப் பெயர் பூண்ட சங்கதியை சாவகாசமாக எடுத்தோதுகிறேன். இப்போதைக்குத் துணியைத் திரும்பப் பெறுவதுதான் முக்கியம்.

எடின்பரோ நகர அழுக்குத் துணியெல்லாம் ஒரே நேரத்தில் வெளுக்கப்போட்ட மாதிரி கடைக்குள் ராட்சச சலவை யந்திரங்கள் சுழன்றபடி இருக்க, மங்கலான டியூப்லைட் வெளிச்சத்தில் பாட்டியம்மாவோடு கெச்சலான ஒரு தாடிக்காரன்.

இவர் நார்வேக்காரர். ஜர்னலிஸ்ட். உன் துணியை மாற்றி வாங்கிப் போனவர்.

யந்திரத்துக்கு இன்னொரு ஈடு துணியைத் தீனியாகப் போட்டபடி பாட்டியம்மா அறிமுகப்படுத்தினாள். நார்வேக்கார பிரையனும் இந்தியக்கார இப்போதைக்கு சாமும் கைகுலுக்கிக் கொண்டோம். காந்தி, நேரு, ஆஸ்லோ, கப்பல் கட்டுதல், ஈராக் ஆக்கிரமிப்பு, எடின்பரோ நாடகக் கொட்டகைகள் என்று கலந்துகட்டியாகப்

பேசி முடிப்பதற்குள் சலவைக்கடை சிப்பந்தி நான் வெளுக்கப்போட்ட துணிகளை ஒயர் ஹாங்கரில் மாட்டித் தூக்கிக்கொண்டு வந்தார். அயர்ன் செய்த சூட்டோடு கைக்கு இதமாக அதெல்லாம் சந்தோஷமாக என் தோளோடு ஒடுங்கிக்கொண்டன. நார்வேக்காரர் புதுசாக வெளுக்கப்போட்ட துணியும் அடுத்து வந்து சேர்ந்தது.

பிரையன் தவறுதலாகத் துணியை வாங்கிக்கொண்டு எல்லாவற்றையும் பெட்டியில் வைத்தெடுத்துப் பாரீஸ் போய் அங்கே தொடரும் கலவரத்தை நேரில் பார்வையிட்டு தன் பத்திரிகைக்கு ரிப்போர்ட் அனுப்பியிருக்கிறார். கலவரத்தில் ஈடுபட்ட யாரையோ பேட்டி எடுக்கப் புறப்படும்போது, பச்சைச் சட்டையைப் பிரித்து மாட்டிக்கொண்டு அவஸ்தைப்பட்டபோதுதான் தாமதமான ஞானோதயம். சலவைக்கடையிலிருந்து வந்திருந்த சட்டை ராங் டெலிவரி.

நார்வே போகிற வழியில் திரும்ப எடின்பரோ வந்து சலவைத்துணியைத் திரும்பக் கொடுத்த அக்கறைக்காக அந்த தாடிக்காரப் பத்திரிகையாளருக்கு நன்றி சொல்லியே ஆகவேண்டும். சொன்னேன்.

ஒரு பென்னிகூட சலவைக்கூலி வேணாம் என்று சொல்லிவிட்டாள் எங்க பாட்டியம்மா. சாம் கிட்டே காசு வாங்கினா சாமி என்னை மன்னிக்காது என்று தீர்மானமாகச் சொன்னபோது ஒரு ஜாடைக்கு நித்திய சுமங்கலி சுப்பம்மாளாகத் தெரிந்தாள் அவள்.

வீட்டுக்கு வந்து பார்த்தேன். வெளுக்கப்போட்ட எல்லாத் துணியும் இருந்தது. எட்டுமுழ வேட்டியைத் தவிர. பிரையன் கொண்டு வர மறந்துவிட்டிருக்கலாம். போனால் போகிறது.

இதைப் படிக்கிற யாராவது நார்வேயில் தழையத்தழைய எட்டுமுழ வேட்டி கட்டிக்கொண்டு ஒரு கெச்சலான வெள்ளைக்காரப் பத்திரிகையாளன் நடந்துபோவதைப் பார்த்தால், சாம் ரொம்ப விசாரித்ததாகச் சொல்லவும்.

எடின்பரோ தேர்தல்

வரவர எங்கே இருக்கிறோம் என்பதே மறந்துபோய்க் கொண்டிருக்கிறது. தமிழ்நாட்டில் வருகிறதுபோல் இங்கே இங்கிலாந்திலும் தேர்தல் வந்து கொண்டிருக்கிறது. அங்கே போல் இங்கேயும் சமூக நீதி பற்றிப் பேச்சு ஆரம்பித்திருக்கிறது.

இதையெல்லாம் வழக்கமாக பிரதமர் டோனி பிளேய்ரின் தொழிற்கட்சி, இரண்டாம் எதிர்க்கட்சியான லிபரல் டெமாக்ரடிக் கட்சிப் பிரமுகர்கள்தான் இதுவரை செய்வது வழக்கம். கொஞ்சூண்டு சோசலிஷம் அவர்கள் அரசியல் ரத்தத்தின் ரத்தத்தில் இன்னும் கலந்திருப்பதால் தேர்தல் நேரத்தில் இதெல்லாம் பேச்சாக வெளிப்பட்டு காற்றோடு கலந்து போகிற வாடிக்கை.

கன்சர்வேட்டிவ் கட்சியினருக்கும் சமூக நீதிக்கும் ஸ்நானப் பிராப்தி கூடக் கிடையாது என்று சகலரும் நம்பியிருந்தனர். இங்கிலாந்தில் முடிந்த மட்டும் விக்டோரியா மகாராணி அல்லது மார்கரெட் தாட்சர் அம்மையார் ஆண்ட ஸோ கால்ட் பொற்காலத்தைத் திரும்பக் கொண்டுவரப் பாடுபடும் ஆசாரமான வெள்ளைக்கார மகாஜனங்கள் இவர்கள்.

ஆனாலும் நிலைமை மாறித்தான் போய்க்கொண்டிருக்கிறது. தொழிற்கட்சியின் டோனி பிளேய்ருக்குப் போட்டியாக

கன்சர்வேட்டிவ் கட்சியின் இளைய தலைமுறைத் தலைவர் டேவிட் காமரன் கிளம்பியிருக்கிறார். நம்ம பேராண்டி என்று தாட்சர் அம்மையார் தள்ளாத வயதில் காமரனை ஆசிர்வதித்தது கட்சி இளசுகளுக்குப் புது உற்சாகத்தைக் கொடுத்திருக்கிறது.

சம்பிரதாயத்தை எல்லாம் உடைத்தெறிந்துவிட்டு, புதுத் தலைமுறையின் ஆசைப்படி நாட்டை வழிநடத்திப்போவதற்காக எதையும் துறக்கத் தயாரான காமரன் முதலில் துறந்தது கழுத்தில் சுருக்குப்போட்டு சதா தொங்கும் டையை. சனியன் பிடித்த டை ஒழியட்டும் என்ற இவருடைய விட்டு விடுதலையாக்கும் அறைகூவலை, முப்பது வருடத்துக்கு முந்திய 'பேர்ன் த ப்ரா'வான மார்க்கச்சை எரிப்பு இயக்கத்தோடு ஒப்பிட்டுப் பத்திரிகையாளர்கள் சிலர் அகமகிழ்கிறார்கள்.

டையைக் கழற்றிப்போட்ட காமரன் இங்கிலாந்தில் சமூக நீதி பற்றி வெகு தீவிரமாகச் சிந்தித்துவருவதாக கட்சியின் முக்கியத் தலைவர்களில் ஒருவரான இயான் டங்கன் ஸ்மித் சொல்கிறார். கன்சர்வேட்டிவ் கட்சி கெலித்தால் ஸ்மித்துக்கு அமைச்சரவையில் படுமுக்கியமான இடம் கிடைக்கும் என்பது எல்லோருக்கும் தெரிந்த சங்கதி.

காமரன் சமூக நீதியை நடப்பாக்க என்ன செய்யப் போகிறார்? ஆராய்ச்சி. எதைப் பற்றி? இங்கிலாந்தில் ஏன் வறுமை இருக்கிறது என்பதைப் பற்றி. ஆராய்ச்சி செய்ததும் என்ன நடக்கும்? வறுமையே வெளியேறு என்று கழுத்தைப் பிடித்துத் தள்ளி அது வெளியேற்றப்படும். சரி, இதற்கான கன்சர்வேட்டிவ் கட்சியின் செயல்திட்டம் என்ன? இருக்கு சார்.

சமூக நீதியை நிலைநாட்ட, இங்கிலாந்தில் வறுமை பற்றி ஆராய காமரன் ஒரு கமிட்டி போட்டிருக்கிறார். அவர்கள் ஆராய்ந்து, அறிக்கை சமர்ப்பித்து, வறுமை வெளியேறி, சமூக நீதி கிட்டி.

சந்தேகமேயில்லை. காமரன் இந்தியாவுக்கு ரகசியமாக வந்து அரசியல் பாடம் படித்துப் போகிறார்.

எடின்பரோ – கலாசாரம்

ஸ்காட்லாந்துக்கு வந்து கொஞ்சம் போலவாவது ஸ்காட்டிஷ் கலாச்சாரத்தைக் கடைப்பிடிக்காவிட்டால் எப்படி?

பிரின்சஸ் தெருவில் சதா ஸ்காட்லாந்தின் தேசிய வாத்தியமான பேக் பைப் ஒலிக்கும் கடைக்குள் நுழைந்தேன். ஸ்காட்லாந்து தேசிய உடையான சிவப்பு, நீலச் சதுரம் நிரம்பிய குட்டைப் பாவாடை அணிந்த ஸ்காட்லாந்தியர்களாகிய ஏழடி ஆண் சிப்பந்திகளும், அதே நிறக் குட்டைப் பாவாடையும் ஸ்டாக்கிங்கும் அணிந்த ஸ்காட்லாந்து பெண்களும் ஸ்காட்லாந்து உச்சரிப்பில் ஆங்கிலம் பேசி சுறுசுறுப்பாக வரவேற்கிறார்கள். ஆயிரத்துச் சொச்சம் ஸ்காட்லாந்து சமாச்சாரங்களைக் காட்டி கொள்ளை மலிவு விலையென்று குறிப்பிட்டு வாங்கச் சொல்கிறார்கள். தேசிய உடை, தேசிய வாத்தியம், கயிறு கட்டி முடிந்துகொள்ளும் ஸ்காட்லாந்து சட்டை, ஸ்காட்லாந்து இனிப்பு, ஸ்காட்லாந்து வாசனைத் திரவியம், ஸ்காட்லாந்து செருப்பு, ஸ்காட்லாந்து பூட்டு, ஸ்காட்லாந்து இலக்கியம், ஸ்காட்லாந்து கம்பளி மப்ளர், ஸ்காட்லாந்து பாத்ரூம் டிஷ்யூ, டாய்லெட் பேப்பர்...

ரெண்டு பவுண்டுக்கு ஒரு ஸ்காட்லாந்து காப்பிக் குவளை சென்டிமீட்டருக்கு சென்டிமீட்டர் ஸ்காட்லாந்து வாடை தீர்க்கமாக அடிக்கும் கடையின் முதலாளியான அந்த ஸ்காட்லாந்துக்காரரின் தேசபக்திக்காக அவரைக் கைகுலுக்கிப் பாராட்டியே ஆகவேண்டும்.

“ஷுக்ரியா” என்றார் காசை வாங்கிக் கல்லாவில் போட்டுக்கொண்ட கடை முதலாளி. தலைப்பாவும் தாடியுமாக நம்ம ஊர் சர்தார்ஜி.

யானை போலோ

அடிவாங்கினாலும் கொஞ்சம் கிரிக்கெட், உலகக் கோப்பை ஜெயிக்க வாய்ப்பில்லாவிட்டாலும் நிறையக் கால்பந்தாட்டம், கொஞ்சம்போல் ரக்பி என்று இங்கிலாந்து மூன்று விளையாட்டுகளில் முன்னணியில் நிற்க, ஸ்காட்லாந்து பிரதேசம் எந்த விளையாட்டிலும் சோபிக்காத மசமச பின்னணியில்.

எலிசபெத் மகாராணியின் தாயாதியோ பங்காளியோ இங்கே ஒரு பிரபு ஸ்காட்லாந்துக்கான இந்த அவப்பெயரைத் துடைக்கக் கச்சை கட்டிக்கொண்டு கிளம்பியிருக்கிறார். ஆர்கெயில் பிரதேசக் கோமகனான கேம்பெல் பிரபுதான் அவர்.

அவர் முயற்சியால் ஓர் உலகக் கோப்பையை அண்மையில் ஸ்காட்லாந்து தட்டிக்கொண்டு வந்திருக்கிறது. அது யானை மேல் ஏறிக்கொண்டு விளையாடும் போலோ விளையாட்டு.

யானை போலோ ரொம்பக் கஷ்டமான விளையாட்டு என்கிறார் காம்பெல் பிரபு. பந்தை நகர்த்த யானையை முன்னே போகச் சொன்னால் அது பந்தைத் தூக்கி வெளியே போடும். இல்லாவிட்டால் அடுத்த யானையை முட்டித் துரத்தும். இல்லையா, குடுகுடுவென்று மைதானத்துக்கு வெளியே ஓடும். போலோ குச்சியை ஒடிக்கும். இத்தனை கஷ்டத்துக்கும் ஈடுகொடுத்து யானையில் ஏறி அதை இஷ்டப்படி முன்னால் செலுத்தி போலோ விளையாடுவது பின்னும் கஷ்டம், பெரும்

கஷ்டம். இத்தனைக்கும் மேல் ஸ்காட்லாந்து யானை போலோவில் வென்றிருக்கிறது என்றால் யாருக்குத்தான் பெருமை இருக்காது என்று காலரைத் தூக்கிவிட்டுக்கொண்டு கேட்கிறார் இவர்.

எல்லாம் சரிதான். ஸ்காட்லாந்து முழுக்கத் தேடினாலும் ஐந்து யானைகூடத் தேறாது. இதில் இரண்டு இந்தப் பிரபு வளர்ப்பவை. இந்த லட்சணத்தில் எப்படி யானையில் ஏறிப் பழக்கி, விளையாடி, உலகக் கோப்பை வென்று?

போட்டியாகப்பட்டது ஸ்காட்லாந்தில் நடக்கவில்லையாம். நேபாளத்தில் நடந்ததாம். ஸ்காட்லாந்து அணியில் மேற்படி பிரபு, இன்னும் சில இந்திய ரிடையர்ட் ராணுவ மேஜர்கள், சில இலங்கைக்கார தோட்ட முதலாளிகள் என்று சேர்ந்து விளையாடிக் கெலித்திருக்கிறார்கள்.

இவர்கள் எல்லாம் எப்படி ஸ்காட்லாந்துக்காக ஆட முடியும்?

டேக் இட் ஈசி என்கிறார் காம்பெல் பிரபு. யாரை வேண்டுமானாலும் உடனடியாக ஸ்காட்லாந்துக்காரர் ஆக மாற்ற ஒரு சடங்கு இருக்கிறதாம். இந்திய ராணுவ மேஜர்களும் இதர மைனர்களும் ஸ்காட்லாந்துக்காரர்கள் ஆனது இதை நடத்தித்தான்.

பிரபு மேற்படி சடங்கின் விவரத்தையும் தருகிறார்.

ஸ்காட்ச் விஸ்கி இருக்கு இல்லே, ஸ்காட்ச் விஸ்கி? அதை முட்ட முட்ட உள்ளே தள்ள வைத்தால் வேற்று நாட்டாரும் நொடியில் ஸ்காட்லாந்தியர் ஆகிவிடுவார்கள்.

அடுத்த ஸ்காட்லாந்து தேர்தலில் ஓட்டுப் போடலாமா என்று யோசிக்கிறேன். மோரிசன் தெரு செயின்ஸ்பரி சூப்பர் மார்க்கெட்டில் ஸ்காட்ச் விஸ்கி விலை விசாரிக்க வேண்டும்.

எடின்பரோ – லண்டன்

எடின்பரோவிலிருந்து லண்டன் 400 கிலோ மீட்டர் தூரம். பிரிட்டீஷ் ஏர்வேஸ் போன்ற மேட்டுக்குடி புஷ்பக விமானம் ஏறாமல், குளோபல் ஸ்பான் சிக்கன விமானத்தில் பறக்க, இருபதிலிருந்து முப்பது பவுண்டு கொடுத்து வண்டியேறினால் போதும். கொஞ்சம் நெகிழலான புளிமூட்டை போல் அடைத்து ஒரு மணி நேரத்தில் லண்டனில் கொண்டுபோய்த் தள்ளிவிடுவார்கள். ஆனாலும், கிறிஸ்துமஸுக்கு முந்தைய வெள்ளிக்கிழமை சாயந்திரம் பயணம் வைத்தால், கட்டணம் ரெண்டு ரெண்டரை மூணு மடங்கு என்று எகிறும். அதையும் சமாளித்தால், விழும் பனி, விழுந்த பனி, விழுந்து உறைந்த பனி என்று காரணம் சொல்லி விமானம் எடின்பரோவை விட்டு மேலே ஏறாது போய்விடலாம்.

சாவதானமாக ரயிலில் போய்க்கொள்ளலாம் என்று முடிவானது "ஸ்லீப்பர் வேணுமா" என்று வைக்கோல்சந்தைப் பேட்டை ரயில்வே ஸ்டேஷன் கவுண்டர் பெண்மணி அன்போடு விசாரிக்க, தட்ட முடியவில்லை.

டிக்கட்டோடு, தேசலான கம்ப்யூட்டர் பிரிண்ட் அவுட்டில் பக்கம் முழுக்க அடித்த பேப்பரை நீட்டி வசூலிக்கப்பட்ட தொகை விமானக் கட்டணத்தை விட ஏகதேசம் முப்பது பவுண்ட் அதிகம். சங்கதி என்னவென்று விசாரிக்க, ஸ்லீப்பர் ரயில் இல்லையா, அதான் என்று சொல்லியபடி அரைகுறையாக பிரிண்ட் ஆன

காகிதத்தில் பேனாவால் அங்கங்கே அழுத்தி எழுதிக் கொடுத்தார் லேடி கவுண்டர். ராத்திரி பதினொன்றேகாலுக்கு ரயில்.

எலும்பை ஊடுருவும் ஒரு டிகிரி செல்சியஸ் குளிரில் பஸ் பிடித்துப் போய், பிரின்சஸ் தெரு முனை. நூறு வருஷத்துக்கு முற்பட்ட படிக்கட்டுகளில் கீழே இன்னும் கீழே இறங்க, பாதாள லோகத்தில் எடின்பரோ வேவர்லி ஸ்டேஷன். நுழையும்போதே துாக்கலான சாப்பாட்டு நெடி. பத்துக்கு ஏழு நாற்காலிகள் மேல் சாப்பாடு அடைத்து எடுத்து வந்த காலி தர்மகோல் பெட்டி. பியர் பாட்டில். கோக் தகர டப்பா. சாக்லெட் காகிதம். நமுத்துப்போன உருளைக்கிழங்கு வறுவல்.

அடுத்த இரண்டு நாற்காலியில் மக்டொனால்ட் பிட்ஸா வைத்த அட்டைப் பெட்டிகளை ஓரமாகத் தள்ளிவிட்டு, உக்கிரமாக முத்தமிட்டபடி காதலர்கள். ரயில்வே ஸ்டேஷனில் பிட்சா சாப்பிட்ட அடுத்த நிமிடம் முத்தமிட்டுக்கொள்ள வேண்டும் என்று ஏற்கெனவே முடிவு செய்துகொண்டு வந்திருப்பார்கள் என்று நினைத்தது மகா தப்பு. முத்தக் காட்சி முடிந்ததும்தான் அவர்கள் பிட்சா சாப்பிட ஆரம்பித்தார்கள்.

லண்டன் போகிற ரயிலைத் தவிர மற்ற வண்டி விவரங்களை எல்லாம் பெரிய திரை கர்ம சிரத்தையாகக் காட்டிக் கொண்டிருக்க, பின்னால் இருந்து விசில் சத்தம் காதைப் பிளந்தது. மொட்டையடித்த நாலைந்து இளைஞர்கள் உரக்கப் பாடியபடி ஏகக் கோலாகலமாக ஸ்டேஷனை வலம்வர, கூடவே கையைத் தட்டிக்கொண்டு மைக்ரோ மினி ஸ்கர்ட் உடுத்திய குளிர்விட்டுப்போன கன்யகைகள். ஹோவென்று இரைச்சலோடு இந்த அடியார் திருக்கூட்டம் டிக்கட் வழங்கும் பகுதிக்குள் நுழைந்த அடுத்த நிமிடம் மஞ்சள் ஜெர்கின்ஸ் தரித்த ஆண், பெண் போலீஸ் படை பிரத்யட்சமானது.

மொட்டையர்களை மட்டும் வளைத்துப் பிடித்து விலங்கு மாட்டித் தள்ளிக்கொண்டு போக, கூட வந்த கன்னியர்கள் சூயிங்கம்மைப் பிரித்து வாயில் போட்டுக்கொண்டு சமர்த்தாக எதிர்ப்பக்கம் திரும்பி நடந்தார்கள்.

அப்புறம், ஒவ்வோர் இருக்கையாகக் கூர்ந்து பார்த்துக்கொண்டு வந்த போலீஸ்கார, காரிகள் மொட்டைத் தலை எங்கே

தட்டுப்பட்டாலும் எழுப்பி டிக்கட் இருக்கா, எங்கே போறே என்று விசாரிக்கும் காட்சி. எடின்பரோவுக்கு அடுத்த ஸ்டேஷன் திருப்பதியாக இல்லாமல் போனது இவர்கள் அதிர்ஷ்டம்.

பக்கத்து சீட் மொட்டைத் தலை இளைஞன் பிட்சா சாப்பிடுவதை நிறுத்தி காதலிக்கு அடுத்த நீண்ட முத்தத்தை வழங்கியோ வாங்கியோ கொண்டிருந்தபடியால், அது முடிகிறவரை பொறுமையாகக் கையைக் கட்டிக்கொண்டு காத்திருந்து அப்புறம் தகவல் விசாரித்த காவலர்களைப் பாராட்டியே ஆக வேண்டும்.

லண்டன் போகும் ரயில்

லண்டன் போகிற ரயில், பத்தாவது பிளாட்பாரத்தில் புறப்படத் தயாராக இருந்தது. எடின்பரோ வேவர்லி ஸ்டேஷனில் ஒதுக்குப்புறமாக, நாலைந்து பழைய டியூப் லைட்டுகள் அழுது வடியும் ஆள் நடமாட்டமில்லாத பிளாட்பாரம். அரையிருட்டில் அநாதையாகக் காத்துக்கொண்டிருந்த ரயிலைப் பார்க்கத் துக்கம் தொண்டையை அடைத்தது.

கல்பகோடி காலம் முன்பு ஜேம்ஸ் வாட் நீராவியின் சக்தியைக் கண்டுபிடித்து, தொடர்ந்து வந்த ஸ்டீவன்சன் முதல் ரயில் எஞ்சினை உருவாக்கியபோது கொடுத்த 'ப்ளையிங் ஸ்காட்மேன்' பெயரை இன்னும் விடாமல் உபயோகிக்கும் ஜி.என்.ஈ.ஆர் ரயில்வேக்காரர்கள் லண்டன் ரயிலிலும் அதே பெயர் எழுதிய எஞ்சினை நிறுத்தியிருந்தார்கள். பின்னால் அணிவகுத்த பிரமாண்டமான பத்து கம்பார்ட்மெண்டுகளில் ஒன்றிரண்டைத் தவிர மீதி எல்லாம் ஸ்லீப்பர் கோச்தான்.

எப் கோச்சைத் தேடி நடக்கும்போது, அரையிருட்டில் நின்றிருந்த யாரோ பெயரைச் சொல்லிக் கூப்பிட்டார்கள். டிக்கட் பரிசோதகர்தான். வாங்க வாங்க என்று அவர் அன்போடு வரவேற்க, அன்னிய தேசத்தில், அர்த்தராத்திரியில் அடையாளம் காணப்பட்டதில், குளிருக்கு இதமான சந்தோஷம். நன்றி சொன்னேன்.

எப்படி சார் என் பெயரைக் கண்டுபிடிச்சீங்க என்ற அசட்டுத்தனமான கேள்வி வாய்வரைக்கும் வந்ததை அடக்கிக் கொள்ள வேண்டிப் போனது. ஈசான மூலை இருட்டு ரயிலைத் தேடி மூட்டை முடிச்சோடு வருகிற ஒற்றைக் கறுப்பன் மேட்டிமைக்குரிய நார்ட்டன் துரையாகவா இருக்க முடியும்? டிடீஇ கையில் பிடித்த கிளிப் செருகிய அட்டையில் கொட்டை எழுத்தில் எழுதின திருநாமம் இவனுக்கு அல்லாது வேறு யாருக்குப் பொருந்தும்?

வண்டியில் ஏறியதும் அந்த ரயில்வே அதிகாரியும் கூடவே நுழைந்துவிட்டார். பேச்சுத் துணை கிடைக்காமல் அதுவரை கஷ்டப்பட்டுக்கொண்டிருந்தார், பாவம்.

இதுதான் உங்க கூப்பே. அன்பாகச் சொல்லிக் கதவைத் திறந்து புதுவீட்டைக் காட்டும் கட்டட மேஸ்திரி போல் பெருமையோடு சிரித்தார். இன்னொரு நன்றி சொன்னேன். பெட்டி முழுக்க அறையறையாகக் கூப்பேதான். நம்ம ஊர் ஏர்கண்டிஷன் முதல் வகுப்பு மாதிரி. கீழ் சீட்டிலிருந்து மேல் சீட்டுக்குத் தாவ வேண்டிய சிரமம் இல்லாமல், சின்ன ஏணி ஒன்றை பெட்டி நடுவில் கச்சிதமாக நிறுத்தியிருக்கிற நேர்த்தி அபாரம்.

இதெல்லாம் உங்களுக்கு என்று அவர் நீட்டிய பிளாஸ்டிக் பெட்டியில் பற்பசை, இரண்டு பகுதிகளாகப் பிரித்து ஒட்ட வைத்துக் கொள்ளக் கூடிய டூத்பிரஷ். கூடவே சிறு கிண்ணத்தில் அடைத்த தண்ணீர். ஸ்ட்ரா. காலையில் பல் தேய்த்து வாய் கொப்பளிக்கவாம். அடுத்த நன்றி. இங்கே பாருங்க பாட்டில்லே மினரல் வாட்டர். அவர் எடுத்துக் கொடுத்தார். குடிக்கற தண்ணி. நன்றி. இன்னும் வேணும்னா, கேளுங்க, தரேன். வேணாம், நன்றி. இது ஹீட்டர். இங்கே சுவிட்ச். ரொம்ப குளிர் என்றால் டெம்பரேச்சரை இப்படிக் குமிழைத் திருப்பி அதிகப் படுத்திக்கலாம். நன்றி. இங்கே பாருங்க, நாலு தலையணை. கம்பளி ரஜாய். முகம் துடைக்க துவாலை. நன்றி. இன்னும் ரெண்டு தலையணை வேணுமா? நன்றி, வேணாம். இது வாஷ் பேசின். தரையிலே பொருத்தி இருக்கிற இந்த வெண்கலக் குமிழை இப்படிக் காலால் மிதிச்சால், வென்னீர் அருவி மாதிரிக் கொட்டும். நன்றி. கதவை இப்படிப் பூட்டணும். நன்றி. ஏதாவது வேணும்னா, இந்த பெல்லை அடிச்சா நான் இல்லே எங்க ஆளுங்கள்லே

யாராவது ஓடோடி வருவோம். நன்றி. ஏதாவது ஆக்சிடெண்ட் நடந்து, அதெல்லாம் நடக்காது, அப்படி ஏற்பட்டு ரொம்ப அவசரம்னா இந்தச் சுத்தியலை இங்கே இருந்து எடுத்து இந்த ஜன்னலை இப்படி ஓரமாத் தட்டினாப் போதும். கண்ணாடி உதிர்ந்திடும். சுளுவா வெளியே வந்திடலாம். ரொம்ப நன்றி. இந்தச் சங்கிலியைப் பிடிச்சிழுத்தா ரயில் நிக்கும். தெரியும், நன்றி. பாத்ரூம் போகணுமா? அரசூர் வம்சத்தில் ராஜாவுக்குக் கிடைத்த உபசாரம் நினைவு வரவே, அவசரமாக, வேணாம் நன்றி. பாத்ரூம் இந்தப் பக்கம் இருக்கு. ரெண்டே நிமிஷம்தான் நடை. நன்றி. அங்கே கதவை இப்படித் திறந்து ஒரு சேஞ்சுக்காக, மெர்சி என்று ப்ரஞ்ச் மொழியில் நன்றி.

ஏழு மணி நேரம் பிரயாணம் செய்து விடிகாலை லண்டன் போய் இறங்கியதும் என்ன தருவீர்கள் என்று விசாரிக்க, எழுப்பி விடுவேன் என்றார் கம்பீரமாக. எழுப்பி? டீ தருவேன். அப்புறம்? ஒரு மணி நேரம் வண்டியில் உட்கார்ந்து சாவதானமாக டீயைக் குடித்து குவளையை இங்கே வைத்துவிட்டு இறங்கிப் போகலாம்.

பொலபொலவென்று விடிந்துகொண்டிருக்க, யூஸ்டன் கிங்ஸ் கிராஸ் ஸ்டேஷனுக்குக் குறிப்பிட்ட நேரத்துக்கு ஒரு மணி முன்பாகவே ரயில் போய்ச் சேர்ந்துவிட்டது. தேநீர்க் கோப்பையை வைத்துவிட்டு இறங்க, தொடர்ந்து வரும் இதமான குளிர்.

ஒரு வருடம் கழித்து மீண்டும் சந்திக்கிற சிநேகிதத்தோடு லண்டன் வரவேற்றது.

இன்னும் கொஞ்சம் லண்டன்

கிறிஸ்துமஸுக்கு அடுத்த பெட்டி தினத்தன்று காலை ஆறரைக்கு தீபம் தொலைக்காட்சி அலுவலகத்துக்கு அழைத்திருந்தார் நண்பர் இளைய அப்துல்லாஹ். எட்டே கால் தொடங்கி ஒரு மணி நேரத்துக்குக் கலந்துரையாடல்.

அலுவலக கான்பரன்ஸ் அறையில் தீபம் டிவி பார்த்தபடி மடிக் கணினியில் 'ப்ராஜக்ட் எம்' பத்திரிகைத் தொடருக்கான அடுத்த ஈடு உருவாக்கிக்கொண்டிருந்தபோது, நான் இன்னும் சந்திக்காத இளைய அப்துல்லாஹ் திரையில் செய்தி வாசித்துக் கொண்டிருந்தார். ஈழ அரசியல் பிரமுகர் பரராசசிங்கம் நத்தார்தினப் பிரார்த்தனையின்போது மாதா கோவிலில் படுகொலை செய்யப்பட்ட துயரச் சம்பவத்தைப் பற்றி இலங்கை நாளிதழ்களில் வெளியான தகவல்களைப் பகிர்ந்துகொண்டிருந்தார் அவர்.

சுடச்சுட மின்னஞ்சலில் சுவிட்சர்லாந்திலிருந்து ஈழத்தமிழர் ஒருவர் அஞ்சலிக் கவிதை அனுப்பியிருந்ததை வாசிக்கத் தொடங்கினார் அப்துல்லாஹ்.

மீடியா கணினி யுகத்தில், ஈழத் துயர சம்பவம் இருபத்துநாலு மணிநேரத்தில் கொழும்பு பத்திரிகையில் கதைக்கப்பட்டு, லண்டனில் படிக்கப்பட்டு, சுவிட்சர்லாந்தில் உடனடியாகத் தமிழ்ப் புதுக்கவிதையாகி நல்லடக்கம் ஆவதின் இயந்திரகதியான சோகம் ஒரு வினாடி மனதில் படிந்து விலகிப்போனது.

இளைய அப்துல்லாஹ்வின் இதமான நட்பு கலந்த உரையாடல் பற்றி, நிகழ்ச்சி முடிந்ததும் அதே அன்போடு உபசரித்து வழியனுப்பிவைத்து அடுத்த நிகழ்ச்சி நடத்த ஓடிய சுறுசுறுப்பு பற்றி, அன்பளித்த அவருடைய கவிதைத் தொகுதியான 'பிணம் செய்யும் தேசம்' பற்றி, அதன் முன்னுரையில் தனித்துவமான தீவிரத்தோடு 'முஸ்லீம்கள் இலங்கை வடபுலத்திலிருந்து விரட்டப்பட்டது ஒரு

வரலாற்றுத் துரோகம். எம் பூமி. எம் நிலம். நாம் கஷ்டப்பட்டு வியர்ப்பு ஒழுகி, காடு வெட்டி, வீடு கட்டி இருந்தது. நாம் அள்ளித் தின்ற எமது மண். அது எமக்கு வேண்டும். அது எம்முடையது' என்று ஒலிக்கும் அவருடைய கம்பீரமான கவிக்குரல் பற்றி எல்லாம் நிறையக் கதைக்க வேண்டும். விரைவில் அது.

பிளய்ஸ்டோ போகாமல் எந்த லண்டன் பயணமும் பூர்த்தியாவதில்லை. டிஸ்ட்ரிக்ட் லைன் பாதாள ரயில்பாதையில் விடுமுறைக்காக அடைத்துப் பூட்டியிருந்த நிலையங்களின் அமானுஷ்ய மவுனத்தை கிட்டத்தட்ட காலியான ரயில் பெட்டி ஜன்னல் வழியாகப் பார்த்தபடி பிளய்ஸ்டோ வந்துசேர்ந்து பத்மனாப ஐயர் வீட்டுப் படியேற, உள்ளே கர்னாடக இசை முழங்கிக்கொண்டிருந்தது.

யார் சொல்லுங்கள் பார்க்கலாம் என்றார் வழக்கமான சிரிப்போடு ஐயர். குறுவட்டில் நந்தன் சரித்திரக் கீர்த்தனை. அந்தக் கம்பீரமான குரலை எங்கோ எப்போதோ கேட்ட நினைவு. ஆனால் பழக்கமான எந்த இசைக் கலைஞரும் இல்லை. பழைய நாடக மேடை இசையும், தேர்ந்த கர்னாடக சங்கீதமும் இணைந்த அற்புதமான கலவை அது.

மணக்கால் ரங்கராஜன்.

ஐயர் சொல்ல ஆச்சரியத்தோடு பார்த்தேன். சிறு பிராயத்தில் எப்போதோ கேட்டு மனதில் பதிந்த குரல் மணக்கால் ரங்கராஜனுடையது. மேதமையின் சகல லட்சணங்களோடும் ஒலிக்கும் அந்தக் குரலைச் சென்னை இசைவிழா நேரத்து சபாக்காரர்கள் சீந்துவதுகூட இல்லை. குரலை மட்டும் இல்லை, மணக்கால் ரங்கராஜன் பற்றி யாரும் பேசிக்கேட்டே எத்தனையோ வருடம் ஆகிவிட்டது.

எண்பது வயது. நல்ல ஆரோக்கியமாக இருக்கிறார். இன்னும் அதே உற்சாகத்தோடு குரல் நடுக்கமில்லாமல் சுஸ்வரமாகப் பாடுகிறார் மணக்கால். சிறுவயதில் நாடக மேடையில் நடித்த அனுபவம் உள்ளவர் என்று தகவல் தந்தார் ஐயர்.

இலக்கியத்தோடு இசையிலும் நாட்டம் மிகுந்த அவர் மணக்காலை ஒருக்கால் தேடியழைத்து வந்து தோடியும் பைரவியும் பாடவைக்கலாம் என்று தெரிகிறது.

லண்டன் பத்மநாப ஐயர்

இங்கிலாந்தில் பதிப்பகத் துறை தொடர்பான ஒரு சட்டம் உண்டு.

இந்த நாட்டில் எந்த மொழியில் ஒரு புத்தகம் பதிப்பிக்கப் பட்டாலும் அதன் ஒரு பிரதி லண்டன் அரசு நூலகத்திற்கு அனுப்பி வைக்கப்பட வேண்டும். ஒவ்வோர் ஆண்டும் இப்படி வந்து சேரும் புத்தகங்களை அடுக்கி நிறுத்தினால் லண்டன் நூலகம் மைல்கணக்கில் நீண்டு விரிவடைய வேண்டிவரும்.

அந்தச் சட்டப் பிரதி கைக்குக் கிடைக்கவில்லை. ஆனாலும் ஒரு சந்தேகம் உண்டு. இங்கிலாந்தில் மட்டுமில்லாமல் உலகில் எங்கு தமிழ்ப் புத்தகம் வெளியானாலும் சில பிரதிகள் லண்டன் பத்மனாப ஐயரின் ப்ளய்ஸ்டோ இல்லத்துக்குப் போய்ச் சேர வேண்டுமென விதிக்கப்பட்டிருக்கும் என்று தோன்றுகிறது.

ஐயரின் வீட்டுப்படி ஏறும் நண்பர்கள் அவரை நலம் விசாரித்த கையோடு நோட்டம் இடுவது அவருடைய புத்தகங்களைத்தான். நேற்றைக்குத்தான் பார்த்துப் பேசிப்போயிருந்தாலும், இன்றைக்கு மீண்டும் சந்தித்தால் அவருடைய அறையில் அச்சுத்தாள் வாசனையோடு இன்னொரு புதுப் புத்தகம் எங்கிருந்தோ முளைத்திருக்கும்.

சந்தித்த இரண்டு வருட இடைவெளியில் ப்ளய்ஸ்டோ வீட்டுப் புத்தகங்கள் கணிசமாகக் கூடியிருக்கின்றன. என்றாலும் இன்னும் ஐயரின் ஒற்றைக் கட்டில், கம்ப்யூட்டர் - எழுதுமேசை, எதிரே உட்கார்ந்து கதைக்க ஒரு நாற்காலி, சாயாக் கோப்பை வைக்க ஒரு மர முக்காலி வைக்க எப்படியோ அங்கே இடம் பாக்கி இருக்கிறது.

இயல் விருது பற்றி விசாரித்தபோது விழாவில் திரு மு.நித்தியானந்தன் தயாரித்துத் திரையிட்ட ஆவணப்படம் பற்றிப் பேச்சினிடையே குறிப்பிட்டார் ஐயர். அந்தப் படத்தை அவசியம் பார்க்கணுமே.

பார்க்கலாமே. இதைப் படிச்சிருக்கீங்களா? தெரிதல்னு பேரு. யேசுராசாவின் புதிய பத்திரிகை. இளைஞர்களுக்கு இலக்கியத்தை எடுத்துப்போக யாழ்ப்பாணத்தில் தொடங்கியிருக்கார்.

தன்னைப் பற்றிப் பேச்சு என்றால் கூச்சத்தோடு தவிர்த்துவிட்டு இலக்கியம் பேசத் தொடங்கிவிடுவார் ஐயர். அவர் கொடுத்த பத்திரிகையை வாங்கி மடியில் வைத்துக்கொண்டு திரும்பவும் ஆவணப் படத்தைப் பற்றி விடாக்கண்டனாக நச்சரிக்க, தொல்லை தாங்காமல் தொலைக்காட்சிப் பெட்டியில் படத்தைத் திரையிட்டார்.

பதினைந்து நிமிடத்தில் பத்மனாப ஐயரை நேர்த்தியாக ஆவணப் படுத்தும் இந்தப் படத்தில் சட்டென்று மனதில் பதிகிறவர் திருமதி மீனாள் நித்தியானந்தன்.

ஊருக்குப் போறேன்னு யாராவது சொன்னால், சரி, இந்தப் புத்தகங்களைக் கொஞ்சம் எடுத்துட்டுப் போய் யாழ்ப்பாணத்துலே இன்னார்கிட்டே கொடுத்திடறீங்களா என்று உடனே விசாரிப்பார் ஐயர். இதுக்குப் பயந்தே சிலபேர் சொல்லாமக் கொள்ளாமக் கிளம்பிப் போயிடுவாங்க.

மீனாள் நித்தியானந்தன் சிரிக்காமல் சொல்ல, பளிச்சென்று அந்தப் பகடிக்கு இடையே அவரும் நித்தியும் மற்ற நண்பர்களும் ஐயர்மேல் வைத்திருக்கும் அன்பும் மரியாதையும் புலனாகிறது.

இயல் விருது பற்றி விசாரிக்க, அதை வீடியோ படமாக்கியிருப்பதும் தெரியவந்தது. அதையும் பார்க்கணுமே.

ஒரு வழியாக, கம்ப்யூட்டரில் அந்தக் குறுவட்டைப் போட்டார்

ஐயர். அவர் பேசியது, மற்றவர்கள் பேசியது, விருது அளித்து முடிந்து விருந்து மண்டபத்தில் இரைச்சலுக்கு இடையே எழுத்தாளர் முத்துலிங்கம், கவிஞர் சேரன், நண்பர் வெங்கட், அன்புச் சகோதரி மதி இன்னும் பலரும் பேசியது என்று சுவாரசியமாக ஓடிய படத்தின் ஒரு பிரதியையும் ஐயரிடமிருந்து வாங்கிக் கொண்டானது.

ஆமா, ஒண்ணு கேட்டா தப்பா நினைச்சுக்க மாட்டீங்களே?

கேளுங்க.

இந்தப் படத்துலே எல்லாம் வருது. நீங்க விருது வாங்கறதே காணோமே. கனடாக்காரங்க கொடுத்திட்டாங்க இல்லே?

ஐயர் அடக்க மாட்டாமல் சிரிக்க ஆரம்பித்தார்.

விருது கொடுக்கற நேரம் பார்த்து விடியோகிராபர் வெளியே போய்ட்டார். அதான் விஷயம்.

காலையில் மொபைல் அழைத்தது. ஐயர்தான்

உமா வரதராசனோடு கதைக்கறீங்களா?

பரஸ்பரம் நலம் விசாரிப்பு. உமாவின் கதையை இந்தியா டுடே இலக்கிய மலரில் படித்ததை நினைவுகூர அவர் எடின்பரோ டயரிக்காரன் அதே மலரில் எழுதிய கதையைப் பற்றிக் குறிப்பிட்டார்.

எப்ப லண்டன் வந்தீங்க உமா? எத்தனை நாள் இருப்பீங்க?

லண்டனா? நான் இலங்கையிலிருந்து பேசறேன். ஐயரோடு தொலைபேசும்போது நீங்க வந்திருக்கறதாச் சொன்னார்.

ப்ரிட்ஜ் கால் ஆக இலங்கை உமா வரதராசனோடு பேச ஏற்பாடு செய்துவிட்டார் ஐயர்.

ஈழத்துக்கும் தமிழகத்துக்கும் இவர் இலக்கியப் பாலம் அமைக்கிறார் என்று எத்தனை தடவைதான் எழுதுவது?

லண்டனில் சுற்றி வந்தேன்

ஜேனுக்கும் ஜோனுக்கும் ஒரு எழுத்தும் இருபது வயதும் வித்தியாசம்.

காரிலோ, பஸ்ஸிலோ இல்லை தேம்ஸ் நதியில் படகு விட்டபடியோ லண்டனைச் சுற்றுவதைவிட நடந்து திரிந்து பார்ப்பது அலாதியான அனுபவம்.

டிஸ்ட்ரிக்ட் லைனில் வெஸ்ட்மினிஸ்டரும், எம்பாங்மெண்டும் கடந்து டெம்பிள் பாதாள ரயில் நிலையத்தில் இறங்கி வெளியே வந்தபோது, பத்தொன்பதாம் நூற்றாண்டு உடையில் நிற்கிற மூதாட்டி ஜோன். சார்லஸ் டிக்கன்ஸ் எழுத்துகளில் இடம்பெறும் லண்டனைச் சுற்றிக்காட்டத் தயாராக நிற்கிறார் இவர். ஆறு பவுண்ட்தான் கட்டணம்.

பத்து நிமிடத்தில் முப்பது பேர் நடைப் பயணத்தில் சேர, உற்சாகமாக நடக்க ஆரம்பிக்கிறார் இந்த வழிகாட்டி. டிக்கன்ஸ் நாவல்கள், கட்டுரைகளை ஒன்றுவிடாமல் கரைத்துக் குடித்த இவர் வரலாறு, வம்சாவளி பற்றிப் பத்திரிகைகளில் எழுதுகிறவர். கூடவே பழம்பெரும் நாடக நடிகை.

குறுக்குச் சந்துகளில் புகுந்து புறப்பட்டு, வீதியோரமாக, பழைய கட்டடங்களின் முன்னால், அவற்றைச் சுற்றிக்கொண்டு பின்னால், அப்புறம் ஒரு சாட்டமாக அடுத்த தெருமுனைக்கு

என்று சளைக்காமல் நடக்கிற ஜோனோடு கூட அரக்கப்பரக்க நடக்கிறவர்களில் இளம் பெண்களும், நடுவயது ஆண்களும் அதிகம்.

டெம்பிள் பகுதி நீதிமன்றங்கள், வழக்கறிஞர் அலுவலகங்கள், அரசு ரணசிகிச்சைக் கழகம், எம்பாங்மெண்ட் இருக்கும் இடத்திற்கு நேர்கீழே இருந்த நதியோரப் பட்டறைகள், தொழிற்கூடங்கள், புகை, அசுத்தம், குளிர் மூட்டம், சாரட் வண்டிகள், ஸ்டேஜ் கோச்கள் என்று இரண்டு நூற்றாண்டு முந்திய விக்டோரியா கால உலகத்தின் எச்சங்களை ஜோனின் கைகள் சுட்டிக்காட்ட, அவர் குரல் தளர்வில்லாமல் ஒலிக்கிறது. டிக்கன்ஸ், அவருடைய பெற்றோர், டிக்கன்ஸின் கதாபாத்திரங்களான பிக்விக், டேவிட் காப்பர்பீல்ட், ஸ்மால்வீட், டெட்லாக் சீமாட்டி, சாம் வெல்லர், பாப் சாயர், பேகின் என்று பல உண்மை, கற்பனை மனிதர்கள் முப்பது செகண்ட் இடைவெளிகளில் ஜோனின் முகபாவத்திலும் ஏற்ற இறக்கத்தோடு ஒலிக்கும் குரலிலும் வறுமையோடும், நோயோடும், மகிழ்ச்சியோடும், பகட்டோடும், குரூரத்தோடும், பெருமிதத்தோடும் உயிர்பெறுகிறார்கள். டிக்கன்ஸ் எழுதிய வரிகளாக ஒலித்து மறைகிறார்கள்.

ஒரு முடுக்குச் சந்து திரும்பி நிற்கிறார் ஜோன். பழைய கட்டடம் ஒன்றைக் காட்டுகிறார். "ஓல்ட் க்யூரியாசிட்டி ஷாப் இதுதான்." அவர் குரல் கம்முகிறது. டிக்கன்சின் அதே பெயரிலான நாவலில் நெல் என்ற குழந்தைப் பெண்ணும், அவளுடைய பாட்டனும் இந்தக் கடையை நடத்தி வந்ததை, சூதாட்டத்தில் எல்லாம் இழந்த பாட்டனோடு கூடக் கஷ்டப்பட்டு அலைந்து, நெல் உயிர்விடுவதை அற்புதமான உயிரோட்டத்தோடு ஜோன் சொல்ல, நேரம் உறைந்துபோய் நிற்கிறது.

ஆண்ட்ரூ லாய்ட் வெப்பரும் ஓபராவும்

இசையமைப்பாளர் ஆண்ட்ரூ லாய்ட் வெப்பரின் இசை முயற்சிகள் எல்லாமே பெரிய தோதில் இசையமைப்பும், பிரம்மாண்டமான கட்டமைப்பும் கூடியவை. ஏ.ஆர். ரெஹ்மானின் கூட்டுறவில் அவர் உருவாக்கி இரண்டு வருடம் முன்னால் சக்கைப்போடு போட்ட 'பாம்பே ட்ரீம்ஸ்' இசை நாட்டிய நாடக நிகழ்ச்சியைக் காணச் சந்தர்ப்பம் கிடைக்கவில்லை. பாலிவுட் திரைப்படப் பாதிப்பில் உருவான ம்யூசிக்கல் ஆன மும்பைக் கனவுகளை விட அவர் இசையமைப்பில் வெளியான 'ஃபாண்டம் ஓஃப் தி ஓபரா' முக்கியமானது.

பிரஞ்சு எழுத்தாளர் காஸ்தன் லெரோவின் லெ பாந்தெம் தெ லெ'யோபரா நாவல் அடிப்படையில், பரீஸ் ஓப்பரா தியேட்டரில் நிகழ்ந்ததாகக் கருதப்படும் ஒரு மர்ம மனிதன் அல்லது அமானுஷ்ய உருவமான முகம் மறைத்த பிறவியொன்று ஒப்பராக் கலைஞர்களுடன், இசை நிகழ்ச்சிகளுடன் இடையாடுவது பற்றிய மூன்று மணி நேர நிகழ்வு இந்த இசை, நாடக, நடனப் படைப்பு. அதாவது ஓப்பரா சூழலில் ஓப்பரா பற்றி நிகழும் ஒப்பரா.

இசையரசிகளான திவாக்கள், சோபர்னோக்கள், டெனார்கள், பாலே கலைஞர்கள் என்று கிட்டத்தட்ட அறுபது பேர்

பங்குபெறும் இந்த நிகழ்ச்சி இசையிலும், நாடக ஆக்கத்திலும் நடன அமைப்பிலும் ஒரு வினாடிகூடத் தொய்வு இல்லாமல் விறுவிறுவென்று அமைந்து ரசிகர்களைக் கட்டிப்போடுகிறது.

ஏகப்பட்ட உலோகக் கம்பிகள் பிடித்திழுத்து உயர்த்த, ஒரு பெரிய சர விளக்கு மேடைக்கு மேலே மெல்ல ஆடியபடி உயருகிறது. தான் இசைப் பயிற்சி அளித்த கதாநாயகியோடு பாரீஸ் ஓப்பரா தியேட்டரின் நிலத்தடிப் பகுதியில் படகு ஓட்டியபடி கம்பீரமாகப் பாடுகிறது அந்த மர்ம உருவம். காட்சி மாற, வரிசை வரிசையாக விரைந்து நகரும் நடனக் கலைஞர்களின் இசையும் நடனமும் உச்சக்கட்டத்தை அடையும்போது அந்த உருவம் அடிக்குரலில் இசைத்தபடி வளைந்து போகும் மாடிப்படிகளில் மெல்ல இறங்கி வருகிறது. பழைய நாடக நாயகியின் குரல் பிசிறில்லாது மேலே மேலே பறந்து, திடீரென்று தவளைக் கூச்சலாக மாறிக் கரகரத்து அபஸ்வரமாக ஒலிக்கிறது. அமானுஷ்ய உருவம் கையசைக்கிறது. தொள்ளாயிரம் பவுண்ட் கனமான சரவிளக்கு அடுத்த வினாடி மேடையில் உதிர்ந்து விழத் தொடங்க, கீழே ஆர்க்கெஸ்ட்ரா பிட்டில் இருபதுக்கும் மேற்பட்ட வயலின்காரர்கள் கொஞ்சம் நடுக்கத்தோடு மேலே பார்த்தபடி தோளில் சாய்த்து வைத்த வயலின் தந்திகள் உச்சஸ்தாயியை எட்ட வில்லை அழுத்தி உயர்த்துகிறார்கள்.

கொட்டகையை விட்டு வெளியே வரும்போது பிரமிப்பு மட்டும் மிஞ்சுகிறது. ரீஜண்ட் தெரு விளையாட்டு உடை, ஷூ விற்கும் கடையில் கண்ணாடிக் கூண்டுக்குள் டிரெட்மில்லில் ஒரு தாடிக்காரர் நடந்தபடி இருக்கிறார். தொடர்ந்து ஒரு வாரத்துக்கு நடை தொடருமாம். குழுவாக நிகழ்த்தப்படும் கின்னஸ் சாதனை. *Amazing* என்கிறார் என் பக்கத்தில் அமெரிக்கரோ, கனாடியரோ ஒருத்தர். அவரவர் பிரமிப்பு அவரவர்களுக்கு.

எடின்பரோவுக்கு அரசூர் அருகேதான்

இதை எழுதுகிற விடிகாலை நாலரை மணி மைனஸ் நாலு டிகிரி குளிரில் தோப்புத்தெரு சர்வமும் அடங்கி முடங்கிக் கிடக்கிறது. கல்பாளம் பதித்த நடைபாதையில் டகரடகரடக் என்று யாராவது மூட்டை முடிச்சுகளை இழுத்துக்கொண்டு பக்கத்து வைக்கோல்சந்தை ரயில் நிலையத்தில் கிளாஸ்கோ போகிற வண்டியைப் பிடிக்க தலையில் குல்லாவும் இதுக்குப் பெயர் பலக்லோவா வாயில் சிகரெட்டுமாக விரைந்து கொண்டிருப்பது ஜன்னலுக்கு வெளியே தெரிகிறது. ராத்திரி முழுக்க சுதி ஏற்றிக்கொண்ட குடிமகன் ஒருத்தன் டயரிக்காரனின் ஜன்னலில் விளக்கு எரிவதைப் பார்த்து எதிர்சாரியில் நின்று உச்சக்குரலில் பாடி, கைதட்டி கவன ஈர்ப்பு நடவடிக்கை எடுத்தது பலிக்காமல் அழுகையா வசவா என்று தெரியாமல் புலம்பிக்கொண்டு போகிறான்.

டயரிக்காரன் மனதால் இப்போது இருபத்தைந்து வருடம் பின்னால் போயிருக்கிறான். ரயில் நிலையத்தில் நிற்கிற கூட்டத்தில் இவனும் அடக்கம். எடின்பரோ வைக்கோல்சந்தை ஸ்டேஷனை விடச் சிறிய தென்னிந்திய ரயில்வே ஸ்டேஷன். இவனும் சேக்காளிகளும் வழியனுப்பப் போன பத்துப் பேர் சென்னைக்குப் போகிறார்கள். ரயிலை எதிர்பார்த்து ஒரு காத்திருத்தல்.

படித்து உத்தியோகத்தில் சேர்வதற்குக் கொஞ்சம் முன்னால் அரசியல் கட்சி அனுதாபியாக இருந்த காலம் அது. கட்சி

மாநாட்டுக்காகச் சென்னை போகிற மூத்த சகாவு மற்றும் அடுத்த தரத் தலைகளின் பயணத்துக்கு நிதி திரட்டி, பாக்கெட் மணியை முழுக்கச் சமர்ப்பித்ததில் ஆகா என்று யுகப்புரட்சி எழப் பங்கு வகித்த பெருமிதம் டயரிக்காரனுக்கும் மற்ற இளைய சகாக்களுக்கும்.

கட்சி மாநாடு முடிந்து வெற்றியோடு திரும்பி வரோம். கட்சியைக் கட்டற பணியில் சோர்ந்துடாம துடிப்போடு வேலை செய்யுங்க, என்ன?

மூத்த சகாவு வலது கையில் பேவர் லூபா கடியாரத்தைப் பார்த்து, அப்புறம் அதைக் காதுப்பக்கம் வைத்துக் கேட்டுவிட்டு, கழற்றி சாவி கொடுத்தபடி முன்னால் நிற்கிற இளைஞர் கூட்டத்துக்கும் உற்சாகச் சாவி கொடுக்கிறார்.

மாநாடு முடிந்து ஒரு வாரத்தில் வந்து சேரப்போகிறார். ஏழு நாளில் கட்சியைக் கட்டுகிற பணி என்னத்தைச் செய்யறது? கட்டல் என்ற வார்த்தை அதன் மலையாள அர்த்தத்தில் மனதில் பதிவாகி சிரிப்பு வர அடக்கிக்கொள்ள வேண்டிய கட்டாயம்.

ராமேஸ்வரத்திலிருந்து கிளம்பிய ரயில் வருகிறது. பயணம் போகிற சகாக்களின் டிக்கட்டில் கண்ட த்ரீ டயர் ஸ்லீப்பர் - எஸ் கோச் எங்கே என்று லொங்கு லொங்கென்று அவர்களுடைய மூட்டை முடிச்சுகளைத் தூக்கியபடி ஓடிக் கண்டுபிடித்து குண்டுக்கட்டாக தாங்கிப் பிடித்து ஏற்றிவிட்டானது. கதவுப் பக்கமும் ஜன்னல் வழியாகவும் முஷ்டி மடக்கி அவர்களின் வீர வணக்கம். பதிலுக்கு பிளாட்பாரத்தில் நிறைய சோனிக் கைகள் அதே ரீதியில் உயருகின்றன. ஒரு வருடம் விரதம் இருந்து ராமேஸ்வரத்தில் குளித்துக் கும்பிட்டுச் செம்பில் தண்ணீர் நிரப்பிக்கொண்டு காசிக்குப் போய் அடுத்தபடி குளிக்க உத்தேசித்து அந்த த்ரீ டயர் ஸ்லீப்பர் கோச்சில் பயணம் போகிற வடநாட்டு யாத்திரீகர்கள் கலவரத்துடன் பார்க்கிறார்கள். மதராஸிகள் பிரதேசம். ஆ ஊ என்றால் முஷ்டியை மடக்கிக்கொண்டு கிளம்பிவிடுகிறார்கள். ஜாக்கிரதையாக இருக்கவேணும் என்று அவர்களின் பார்வை சொல்கிறது.

இப்படி கோலாகலத்தோடு கிளம்பின போர்ப்படை ஆறு நாள் கழித்து ஓசைப்படாமல் மத்தியான பாசஞ்சரில் வந்து சேர்ந்தது.

செயற்கரிய செயலாக மாநாட்டில் கலந்துகொண்டுவிட்டு தாய்மண்ணுக்குத் திரும்பி வருகிற வீரர்களுக்கு முஷ்டி மடக்கி சல்யூட் வைத்தால் வேஷ்டியை இடுப்பில் இறுக்கிக்கொண்டு, எடுத்துப் போனதைவிட இரண்டு மடங்கு மூட்டை முடிச்சுகளை இறக்கச் சொல்லி வேண்டுகோள் விடுக்கப்பட்டது. வீட்டுக்கு வாங்கிட்டுப் போற சரக்கு எல்லாம். பம்பு செட் மோட்டார் ரிப்பேருக்கு ஸ்பேர் பார்ட். சைக்கிள் டைனமோ. ரெண்டு கிலோ பெல்லாரி வெங்காயம், டேபிள் பேன் இத்யாதி.

மாநாடெல்லாம் எப்படி? பொதுவாகக் கேள்வி வைக்கப்பட்டது.

ரொம்ப சிறப்பா நடந்தது. மதியத்துக்கு விருந்துலே வடை பாயாசம் போட்டாங்க பாரு, ஏகப் பிரமாதம். ராத்திரிதான் உப்புப் பத்தாம கோதுமை உப்புமா, வேகாத சப்பாத்தின்னு போட்டுக் கஷ்டப்படுத்திட்டாங்க. வெளியே போய் பரோட்டா சால்னா சாப்பிட்டு வரவேண்டிப் போச்சு.

மாநாட்டுலே பேச்சு எல்லாம்?

இதைப் பத்தி ஒரு தீர்மானம் கொண்டுவரலாமான்னு நம்ம இன்னார் கேட்டார் போறது விடுங்கன்னுட்டோம். அடுத்த கான்பரன்ஸ் கேரளாவாம். மலையாளச் சாப்பாடு தனி டேஸ்ட் ஆச்சே. அப்பப் பார்த்துக்கலாம்.

நம்ம வீரர்கள் போய்த் திரும்பிய மாநாடு வெற்றிகரமாக நடந்தது என்றும் இந்த இந்தத் தலைவர்கள் இந்த இந்த மாதிரி எல்லாம் ஒரே மாதிரித்தான் பேசினார்கள் என்றும் அடுத்த வாரம் வந்த கட்சிப் பத்திரிகை சொன்னது. அதை எழுதியவர்களுக்குச் சரியான பதத்தில் கோதுமை உப்புமாவும் சப்பாத்தியும் கிட்டியிருக்கலாம்.

இடதோ வலதோ நடுவாந்திரமோ அரசியல் எல்லாம் சாப்பிட்டுவிட்டுப் பேசவேண்டிய சங்கதி.

மேற்படி வெள்ளிவிழாக் காலத்துக்கு முற்பட்ட நிகழ்ச்சி ஸ்காட்லாந்து குளிர்நேரப் புலர்காலைப் பொழுதில் நினைவு வரக் காரணம் இங்கே சமீபத்தில் நடந்த பர்ன்ஸ் இரவு.

ஸ்காட்லாந்துக்காரரான ஆங்கிலக் கவிஞர் ராபர்ட் பர்ன்ஸின் பிறந்த தினத்தை நாட்டு மக்கள் உற்சாகமாக வருடா வருடம் கொண்டாடுவது வழக்கம் என்று கேட்டதும் யுகப்புரட்சி

பற்றிய எதிர்பார்ப்புக்குக் குறையாத உற்சாகம் டயரிக்காரனுக்கு ஏற்பட்டது. இலக்கியத்தை, கவிதையை, கவியை இத்தனை போற்றிக் கொண்டாடக்கூடிய இந்த மக்களின் ரசனையும் கலாச்சாரமும் தான் எத்தனை உயர்வான சங்கதிகள்!

ராபர்ட் பர்ன்ஸ் பிறந்த நாள் ராத்திரியை எப்படிக் கொண்டாடுவீங்க?

உள்ளூர் நண்பரிடம் கேட்டபோது விஸ்தாரமாகச் சொன்னதைக் கொஞ்சம் சுருக்கினால் நாலு பேர் சேர்ந்து ராபர்ட் பர்ன்ஸ்னு ஒரு தடவை சொல்லிட்டு ஸ்காட்லாந்து தேசிய பானமான ஸ்காட்ச் விஸ்கி ரெண்டு பாட்டில், அப்புறம் தேசிய உணவான ஹாகிஸ் ரெண்டு தட்டு நிறைய வச்சுக்கிட்டு ஆரம்பிக்க வேண்டியதுதான். அப்பப்போ ராபர்ட் பர்ன்ஸ் நினைவு வந்துடும். இன்னும் கொஞ்சம் விஸ்கி. ஹாகிஸ். தேசியக் கவியோட நினைவை ராத்திரி ரெண்டு மணி வரைக்குமாவது போற்றணுமே.

அது சரி, ராபர்ட் பர்ன்ஸ் கவிதை?

ராபர்ட் பர்ன்ஸ் ஸ்காட்ச் விஸ்கி பற்றிக் கவிதை எழுதியிருக்கிறாரா என்று தெரியாது. ஆனால், சாப்பாட்டு விஷயமான ஹாகிஸ் பற்றி *'To a Haggis'* அப்படீன்னு ஒரு அம்சமான கவிதை எழுதியிருக்கிறார். தெரியுமோ?

ஹாகிஸ் கவிதையை மட்டும் எடுத்து வைத்துக்கொண்டு மற்றதை எல்லாம் காக்கா இந்தா பிடி என்று தூக்கிப் போட்டுவிட்டார்கள் போல என்று நினைத்தபடி கடைவீதியாகிய பிரின்சஸ் தெருவில் நடந்துகொண்டிருந்தபோது ஒரு கடை வாசலில் அறிவிப்பு கவனத்தைக் கவர்ந்தது.

'ராபர்ட் பர்ன்ஸ் பிறந்த நாளை முன்னிட்டு, அவருடைய எந்தக் கவிதையை இங்கே வந்து ஒப்பித்தாலும், விலையில் இருபது பர்செண்ட் தள்ளுபடி.'

கவிதை உணர்வு உந்த உள்ளே போக யத்தனித்தபோதுதான் அது பெண்களின் உள்ளாடை விற்கிற கடை என்று தெரியவந்தது.

உள்ளே கவிதை யாராவது சொல்லிக்கொண்டிருக்கலாம். அவர்களுக்குத் தள்ளுபாடி கிடைத்திருக்கலாம். ராபர்ட் பர்ன்ஸ் வாழ்த்தப்படட்டும்.

எடின்பரோ இங்கிலீஷ்

ஸ்காட்லாந்து slang கொச்சைமொழி, வசவுகள், அவமதிப்பு என்று கற்றுக்கொடுக்கிற ஒரு புத்தகத்தைப் படித்து முடித்தேன்.

டாக்டரிடம் போய் இந்தச் சுகக்கேட்டை விவரிக்க வேண்டும்.

காலையிலே டாய்லட்டிலே இருந்தேனா? டெலிபோன் மணி அடிச்சுது. அரக்கப்பரக்க அப்படியே ஓடி வந்ததுலே பேண்ட் தடுக்கி விழுந்துட்டேன். அந்த இடத்துலே யாரோ மடையன் தரையிலே பியர் பாட்டிலை நட்டக் குத்தலா நிப்பாட்டி வச்சிருந்தான். எழவெடுத்த பாட்டில் பின்னாலே புகுந்து அடைச்சுக்கிடுத்து. ஆமா, நானா அதை எடுத்து அங்கே சொருகிக்கலே. எடுக்க முடியுமா இல்லே அப்படியே விட்டுடலாமா?

இதை ஸ்காட்டிஷ் கொச்சை இங்கிலீஷில் எப்படிச் சொல்வது தெரியுமா? தெரிஞ்சு என்ன ஆகணும்?

எடின்பரோ – தேர்தல் நெருங்குகிறது

இங்கே இங்கிலாந்திலும் தேர்தல் நெருங்கிக் கொண்டிருக்கிறது. நட்பு முறையில் எதிர்க்கட்சித் தலைவர் வீட்டுக்கு ஒரு நடை போய் காப்பி சாப்பிட்டு வருவது, ஓ பாசிட்டிவ் ரத்த தான அறிவிப்புகள், கட்சி மாநாட்டுக்கு அணிதிரள அழைக்கும் போஸ்டர்கள் என்று சுவாரசியமான சங்கதிகள் எதுவும் கண்ணில் படவில்லைதான். அதேபோல், பழைய ஜேம்ஸ்பாண்ட் நடிகர் ஷான் கானரி, சினிமா டைரக்டர் டேவிட் அட்டன்பரோ போன்றவர்கள் இன்னும் கட்சி ஏதும் ஆரம்பிக்கவில்லை என்பதும் உண்மைதான்.

சர்வ ஜீவராசிகளின் பெயரையும் சுவாதீனமாக சுவீகரித்துக்கொண்டு பத்திரிகை நிருபர்களும் துணையாசிரியர்களும் ஸ்கூப் வெளியிடும் நம்ம ஊர் வழக்கம் இங்கே வேறு ஒரு ரூபத்தில் அரங்கேறுகிறது. தலைவர்களின் அரசியலை விட்டுவிட்டு அந்தரங்க வாழ்க்கையைத் துருவிப் பரபரப்புச் செய்தி வெளியிடுவது இது.

சமீபத்துப் பரபரப்புச் செய்தியில் அடிபட்ட லிபரல் டெமாகிராட் கட்சித் தலைவர் சார்லஸ் கென்னடி அடுத்த தேர்தலில் போட்டியிட மாட்டார். காரணம் பத்திரிகைகள் கண்டுபிடித்து அறிவித்த ரகசியம். அந்த அடலேறு ஆண் சிங்கம் சிலபல வருடங்களுக்கு முன் லாட்ஜில் ரூம் போட்டுக் கூத்தடித்திருக்கிறார். உல்லாசமாக அவரோடு படுக்கையைப் பகிர்ந்துகொண்டது ஒண்ணில்லை, ரெண்டு பேர். அந்த ரெண்டு பேரும் ஆம்பிளைதான்.

அவர் gay ஆக இருந்துட்டுப் போகட்டும். ஆனா, ஒரே நேரத்துலே ரெண்டு விலைமகன்களோடு ஆட்டம் போட்டது கொஞ்சம் ஓவர் என்று கட்சியில் கருத்து உருவாக, சார்லஸ் இப்போதைக்கு அரசியலைத் துறந்துவிட்டார். அவர் வீட்டுக்காரம்மா அவரைத் துறந்துவிட்டதாகவும் செய்தி.

சமீபத்திய துணைத் தேர்தலில் தோற்றதோடு பிரதமர் டோனி பிளேய்ரின் தொழிற்கட்சிக்குத் தலைவலி அதிகமாகி இருக்கிறது. ஈராக் ஆக்கிரமிப்பில் ஜியார்ஜ் புஷ்ஷைக் கண்ணை மூடிக்கொண்டு ஆதரித்ததற்காக அதிருப்தியும் ஆத்திரமும் அடைகிறவர்களின் எண்ணிக்கை கூடிக்கொண்டே போகிறது. ஈராக்கில் இறந்துபோன பிரிட்டீஷ் படைவீரர்களின் எண்ணிக்கை போன வாரம் நூறைத் தொட்டு இன்னமும் உயர்ந்து கொண்டிருப்பது இதற்கு முக்கிய காரணம்.

கன்சர்வேட்டிவ் கட்சித் தலைமையில் புதுரத்தம் பாய்ந்து டேவிட் காமரன் கட்சித் தலைவர் ஆவதை ஏற்கெனவே எழுதியிருந்த நினைவு. டோனி பிளேய்ரைவிட இளையவரான காமருன் அரசியல் மட்டுமில்லாமல் இசை, கலை என்று சகலத்திலும் அடுத்த தலைமுறை ரசனையின் பிரதிநிதி என்பதால் இளைய தலலமுறையை ஈர்க்கக் கூடும். மனுஷர் கொஞ்சம் போதைப் பழக்கத்திலும் ஈடுபட்டு மீண்டுவந்தவர் என்று டேப்ளாயிட் பத்திரிகைகள் ரெண்டு மாதம் முன்னர் அலறியது ஓய்ந்து போயிருப்பதற்கு லிபரல் டெமாக்ரடிக் தலைவரோடு ஒப்பிட்ட இரு கோடுகள் (சரி மூணு) தத்துவம் காரணமாக இருக்கலாம்.

இதற்கிடையில், வெள்ளை மாளிகையில் புஷ்ஷைச் சந்தித்து நல்லாசி வாங்கப் புறப்பட்ட மூன்று நபர் கன்சர்வேட்டிவ் கட்சித் தலைவர்கள் குழு அங்கே போய்ச் சேர்ந்த நேரம் சரியில்லை. வெள்ளை மாளிகை, உப ஜனாதிபதி டிக் செனி, தன் நண்பரை நட்பு முறையில் கொக்கு சுடுவதுபோல் சுட்டுக் காயப்படுத்திய பரபரப்பில் இருப்பதால், வாஷிங்டன் போன டோரிகள் சந்தித்தது மூன்றாம் நிலை நான்காம் நிலை ரிபப்ளிக்கன் தலைவர்களை. பிரம்மராட்சசன் அருள் பாலிக்காவிட்டாலும், குட்டிச்சாத்தான்கள் அருள் வாக்கு சொல்லித் திருப்பியனுப்பிய இந்தப் பிரயாணம் வெற்றி என்று அறிக்கை விட்டுவிட்டு கன்சர்வேட்டிவ்கள் தேர்தல் பிரச்சாரத்தைத் தொடங்கப்போகிறார்கள்.

ஒரு காலத்தில் தொழிற்கட்சியில் இருந்து, கொள்கை வேறுபாட்டால் விலகி மரியாதைக் கட்சி தொடங்கியவர் ஜியார்ஜ் கேலவே. அந்தக் கட்சியின் சார்பில், பங்களாதேஷ்கார முஸ்லீம் மக்கள் பெருமளவு வசிக்கும் லண்டன் பெத்தனால் க்ரீன் பகுதியிலிருந்து நாடாளுமன்றத்துக்குத் தேர்ந்தெடுக்கப்பட்டவர் இவர். ஈராக் ஆக்கிரமிப்பின் முக்கிய எதிர்ப்பாளரான காலவே அமெரிக்க செனட் கமிட்டி முன்னால் ஆஜராகி புஷ் அரசாங்கத்தை ஒரு பிடி பிடித்தபோது இன வேறுபாடில்லாமல், நடுநிலைமையாளர்களிடையே இவருக்கு மதிப்பு ஒருபடி உயர்ந்தது. இப்படித் தனக்கு இருந்த நல்ல பெயரை காலவே அண்மையில் கெடுத்துக்கொண்டதற்கு சின்னத்திரைதான் காரணம்.

'Celebrity Big Brother' என்று சானல் நாலு தொலைக்காட்சி நடத்தும் நிகழ்ச்சியில் பங்கு பெற்று - ரியலிட்டி டிவி ஷோ இது - மூன்று வாரம் ஓர் அடைபட்ட வீட்டுக்குள் ஏழெட்டுப் பேரோடு தங்கியிருக்க வேண்டிய சந்தர்ப்பம் காலவேக்கு. வீட்டில் சக குடித்தனக்காரியான அழகான பெண் ஒருத்தி ஆணையிட, காலவே மியாவ் மியாவ் என்று பூனை போல் சத்தம் போட்டுக்கொண்டு தரையில் தவழ்ந்து போனதைப் பார்த்தவர்கள் முப்பது லட்சம் அண்ட் சொச்சம் பார்வையாளர்கள். அடுத்த தேர்தலுக்கு அவர் தொகுதியில் பிரசாரத்துக்கு வந்தால், தட்டில் பால் எடுத்து முன்னால் வைப்பார்களே தவிர ஓட்டுப்போட மாட்டார்கள் இவர்கள். நாடாளுமன்றம் கூடுகிற நேரத்தில் மூணு வாரம் சிக் லீவ் போட்டுவிட்டு டிவி நிகழ்ச்சிக்குப் போன பொறுப்பில்லாத்தனத்துக்கு காலவே காலம் முழுக்கப் பதில் சொல்லவேண்டி வரலாம்.

இங்கிலாந்து அரசியல் தலைவர்கள் இப்படித் தேர்தலை எதிர்கொள்கிறபோது, நாட்டு மக்களுக்கு தேர்தலில் வாக்களிக்கக் கூடுதல் வசதிகள் அளிக்கப்படும் என்று தெரிகிறது. வாக்குச் சாவடிக்கே போகத் தேவையில்லாமல் போகலாம். செயின்ஸ்பரி, டெஸ்கோ, ஸ்காட்மிட், அஸ்டா - வால்மார்ட் போன்ற சூப்பர் மார்க்கெட் கடைகளில் நுழைந்து ரெண்டு லிட்டர் பால், அரைக் கிலோ உருளைக்கிழங்கு, மூணு ரோல் டாய்லெட் பேப்பர் வாங்கிக்கொண்டு அங்கேயே நாடாளுமன்றத் தேர்தலுக்கு வாக்களித்துவிட்டுத் திரும்பிவிட வசதி வரப்போவதாகச் செய்தி.

இந்த வசதி நம்ம ஊருக்கு வந்தால், எங்கெல்லாம் ஓட்டுப் போடலாம்? உஸ்மான் ரோடு நகைக்கடை, ரங்கநாதன் தெரு பாத்திரக்கடை, ஜவுளிக்கடை, சரவணபவன் ஓட்டல், சத்தியம் தியேட்டர், டாஸ்மாக் கடைகள். பட்டியலைப் பூர்த்தி செய்துகொள்ளலாம்.

எடின்பரோ – நிகழ்கலை விழா

கலை விஷயத்தில் ஸ்காட்லாந்து, அதிலும் முக்கியமாக எடின்பரோ எப்பவுமே தலைநகர் லண்டனைவிட ஒரு படி உசத்திதான். லண்டனில் போன வாரம் மேடையேறித் தொடர்ந்து விவாதங்களை சிருஷ்டித்துவரும் 'கருப்புப் பறவை' நாடகம் போன வருடம் எடின்பரோ நாடக விழாவில் தான் அரங்கேற்றம் கண்டது. நபகோப் எழுதிய 'லோலிடா'வின் நீட்சி போல, கூடுதலாகப் பல பரிமாணங்களை உள்ளடக்கி வளரும் இந்த நாடகம் பற்றி விரிவாக எழுத ஆசை. பார்க்கலாம்.

சோதனை முயற்சி நாடகம் போல் நிகழ்கலை வெளிப்பாடுகளை ஊக்குவிப்பதிலும் எடின்பரோதான் நாட்டில் முன்னணியில் உள்ள நகரம்.

யோகோ ஓனோவின் பெர்ஃபார்மிங்க் ஆர்ட் நிகழ்ச்சிகள் பற்றி இரண்டு வருடம் முன் இங்கே 'வாரபலன்' பகுதியில் மத்தளராயனாக எழுதியது நினைவு வருகிறது. விருப்பமுள்ள அன்பர்கள் அதைத் திண்ணைத் தொகுப்பில் தேடிப் படித்துவிட்டு வந்தால் இந்த நிகழ்கலை சமாச்சாரம் பழகியிருக்கும்.

இந்த வாரம் (பிப்ரவரி 18) நடைபெறும் எடின்பரோ நிகழ்கலை விழாவில் பங்கேற்க வாய்ப்புக் கிடைத்தது. அரசாங்க உதவிபெறும் அமைப்பான ராயல் ஸ்காட் அகாதமியும், கலைஞர்களின்

அமைப்பான ஸ்காட்டிஷ் ஆர்ட்டிஸ்ட் சொசைட்டியும் இணைந்து நடத்தும் இந்த விழா அங்கங்கள் (பாடி பார்ட்ஸ்) என்ற பொதுக் கருவைக் கொண்ட நிகழ்ச்சிகளின் தொகுப்பு.

பரபரப்பான கடைவீதியான பிரின்சஸ் தெருவில் வேவர்லி புகைவண்டி நிலையத்துக்கு அருகே ஸ்காட்லாந்து தேசிய ஓவியக் கூடமான நேஷனல் காலரி. அதற்கு முன்வசமாக ஸ்காட்டிஷ் மியூசியம். டயரிக்காரனின் வார விடுமுறைப் பொழுதைச் சுவாதீனமாகக் கவர்ந்துகொள்ளும் பெருமை இந்த இரண்டு பிரமாண்டமான கட்டிடங்களுக்கு உண்டு.

நேஷனல் காலரியில் ரெம்ப்ராண்டின் 'காத்திருக்கும் மணவாட்டி' ஓவியத்துக்கு முன்னால் பத்து இருபது உள்ளூர்வாசிகளுக்கு ஓர் ஓவிய விமர்சகர் ரெம்ப்ராண்ட் ஆதிகால ஓவியங்களில் காணப்படும் சிவப்புப் பிரகாசத்தின் உட்பொருளை விளக்கியபடி வகுப்பு எடுத்ததை சுவாரசியமாகக் கவனித்தபடி நின்றதில் நிகழ்கலை விழாவுக்குப் போகவேண்டும் என்பது கிட்டத்தட்ட மறந்தே போய்விட்டது.

அடித்துப்பிடித்து மியூசியம் கீழ்த்தளத்தில் பின்லே சிற்றரங்கில் (கொஞ்சம் பெரிய அறை. அவ்வளவுதான் அரங்கம்) நுழையும்போது சனிக்கிழமை விழா நிகழ்ச்சிகள் தொடங்கியிருந்தன.

சுவரில் நடுநாயகமான ஒரு நாக்கு ஆணி அடித்ததுபோல் பொருத்தப்பட்டிருந்தது. முன்னால் ஓர் இளம்பெண். அவர்தான் இந்த நிகழ்ச்சியின் பெர்ஃபார்மிங்க் கலைஞரான ஆஞ்சலா பட்ரம்.

நாவால் சுவைத்தல் (டங்கிங்) என்ற இந்த நிகழ்ச்சிக்காக அவர் சுவரில் பொருத்தியிருந்தது தன்னுடைய நாக்கின் நகலைத்தான். ஆஞ்சலா சுவர் ஓரமாக சரிந்து நின்று அந்த சிவந்த நாவைத் தன் நாக்கால் சுவைத்துக் கொண்டிருக்கிறார். நிகழ்ச்சி அதுதான்.

கடல் பாசியினால் செய்யப்பட்டச் அந்த செயற்கை நாவை அந்தப் பெண் கலைஞர் பதினைந்து நிமிடம் சுவைத்துக்கொண்டிருந்தபோது கூடியிருந்த முப்பது சில்லறை பேர் இதன் உள்ளுறை பொருள் என்ன என்று ஒருவரை ஒருவர் பார்ப்பதும் சிரிப்பதும் புரிந்ததுபோல் தலையசைப்பதும், காம்கார்டர், விடியோ காமிராவில் பதிவு செய்வதுமாக இருந்தார்கள்.

நிகழ்ச்சிக்கான கையேடு சொன்னது

'சுவரில் இருக்கும் நாக்கின் படிமம், மரபு சார்ந்த ஒருங்கிணைந்த டெக்ஸ்ட்-ஐத் தன்னகத்தே கொண்டுள்ளது. நுனியில் சுவைக்கும்போது இந்த நகல் நாக்கு டெக்ஸ்டை வெளிப்படுத்தத் தொடங்குகிறது. சொற்கள் செயலைப் பிரதிநிதிப்படுத்துவதும் அந்தக் கணத்தில் நிகழ ஆரம்பிக்கிறது.'

நிகழ்ச்சி முடிந்து ஆஞ்சலா வாயைத் துடைத்துக்கொண்டு கைதட்டுகளுக்கு இடையே உள்ளே போனார். நாலைந்து பேராவது எச்சில் வடியும் சுவர்ப்பக்கம் குனிந்து அந்த நாக்குக்கு அடியில் டெக்ஸ்ட் ஏதாவது தெரிகிறதா என்று தேடினார்கள்.

நிகழ்ச்சியின் சப்-டெக்ஸ்ட் பற்றி யோசித்தபடி வெளியே வந்து கொண்டிருந்தபோது, நடுநாயகமாக முன்குடுமி வைத்த வெள்ளை இளைஞன் சிநேகிதியிடம் சுவர் நாக்கைச் சுவைக்கும் பெண்ணை தன் வீடியோ காமிராவில் அடக்கியதைக் காட்டிக் காதில் கிசுகிசுத்தான். அவள் உடனடியாக அவனை நரகத்துக்குப் போகச் சொன்னாள்.

சப் டெக்ஸ்டைத் தப்பாப் புரிஞ்சிக்கிட்டே தம்பி என்று அவனிடம் சொல்லலாமா என்று யோசித்தபடி அடுத்த நிகழ்ச்சிக்கு எதிர் அரங்கத்தில் நுழைய, மங்கிய விளக்கு வெளிச்சத்தில் ஒரு மர பெஞ்ச். நிறையக் காகிதச் சீட்டுகளைப் பக்கத்தில் குவித்து வைத்துக் கொண்டு ஒரு நடு வயதுப் பெண் பெஞ்சில் உட்கார்ந்திருந்தார்.

ஷான் வாரன் என்ற இந்தக் கலைஞர் நடத்திய நிகழ்கலை நிகழ்ச்சி 'வயிறு நிறையச் சாப்பிடுதல்' (ஈட்டிங்ஹார்ட் அவுட்). நிகழ்ச்சி ஆரம்பமாகிறது.

குவித்து வைத்திருந்த காகிதச் சீட்டுகளில் ஒன்றை எடுத்துப் பிரிக்கிறார் அவர். படித்ததை உரக்கச் சொல்கிறார் 'இருட்டான தெருவில் தனியாக நடக்க எனக்குப் பயமாக இருக்கிறது'. சொல்லி முடித்ததும் அந்தத் துண்டுக் காகிதத்தைக் கிழித்து வாயில் போட்டு மென்று விழுங்குகிறார். குவியலில் இருந்து அடுத்த சீட்டை எடுக்கிறார்.

'நிறையத் தூங்கிவிடுவேனோ என்று பயம்'. காகிதம் உரக்க வாசிக்கப்படுகிறது. கிழிக்கப்படுகிறது. மென்று தின்னப்படுகிறது.

அடுத்த காகிதம். 'காரணம் இல்லாமல் சிறையில் அடைத்துவிடுவார்களோ என்று எனக்குப் பயமாக இருக்கிறது.' கிழிபடும் காகிதம் உணவாகிறது. "எனக்குப் பரிச்சயமில்லாத ஒருத்தன் என் உள்ளாடையில் கைவைப்பான் என்று பயம்.' 'என்னை பாலியல் வன்முறைக்கு உட்படுத்துவார்கள் என்று பயம்.' 'எனக்கு எய்ட்ஸ் வரும் என்று பயம்.' 'இருட்டு அறையில் குளிர்கால இரவில் அடைபடும் பயம்.'

ஒவ்வொரு பயமாக உரக்க வாசிக்கப்பட்டு உண்ணப்பட, அங்கே ஓர் அசாதாரண சூழ்நிலை நிலவுகிறது. முகத்தில் உணர்ச்சியே காட்டாமல் டெட்பான் ஆக வைத்தபடி ஷான் வாரன் பயங்களை ஒவ்வொன்றாக விவரித்துப் போக, கையேட்டை பக்கத்து மேசை விளக்குக்கு அடியில் வைத்துப் படித்தபோது தெரியவருகிறது

தென்னாப்பிரிக்காவைச் சேர்ந்த ஷான் வாரன் தற்போது வசிப்பது பெல்ஜியத்தில். தென்னாப்பிரிக்கா, கனடா, பெல்ஜியம் நாடுகளில் இவர் நடத்திவரும் 'வயிறு நிறையச் சாப்பிடுதல்' என்ற இந்த நிகழ்ச்சியில் ஷான் வெளிப்படுத்துவது, கட்டுப்படுத்தப்படாத பயம் எவ்வாறு வாழ்க்கையை ஆக்கிரமிக்கும், உணர்வு - உணர்வு இழந்த நிலைகளில் எவ்வாறு தொடர்ந்து மனதில் படிந்து இயங்கும் என்பதை. தெற்காப்பிரிக்கா தலைநகரமான ஜோஹான்ஸ்பர்க்கில் தனக்குக் கிடைத்த வாழ்க்கை அனுபவங்களின் அடிப்படையில் அவர் உருவாக்கிய நிகழ்ச்சி இது. பயம் என்பது உலகளாவிய நிகழ்வு என்பதைச் சித்திரிக்க முயலும் இந்தக் கலைஞர், பார்வையாளர் எந்தப் பின்னணியில் இருந்து வந்தவராக இருந்தாலும் கலந்துபட்ட பொருளமைதியையும் வேறுவேறான தொடர்புபடுத்தல்களையும் நிகழ்ச்சி மூலம் பெற முடியும் என்று நம்புகிறார். நடைமுறை வாழ்க்கை அனுபவங்கள், நினைவுகள், அன்றாட சம்பவங்கள் இவற்றின் பின்னணியில் இவர் கட்டி எழுப்பும் பயங்கள் மனதை அரித்துத் தின்னும் முன்னால் அவற்றை வெளிப்படுத்தித் தின்று ஒழிக்கத் தூண்டுவது நிகழ்ச்சியின் நோக்கம்

அரைமணி நேரத்தில் அரைக்கிலோ அளவு பயங்களை வாரன் சாப்பிட்டு இன்னும் மிச்ச பயங்கள் மரபெஞ்சில் அவர் பக்கத்தில் பிரிக்கப்படுவதற்காகக் காத்திருக்க, வெளியே வந்தபோது, ஒரு தட்டு நிறைய காகிதச் சீட்டுகள். ஒன்றை எடுத்துப் பார்க்க, அதில் 'பயங்கரக் கனவு கண்டு விழிக்கும்போது அமைதியான அறை

பயமாக இருக்கிறது' என அச்சடித்திருந்தது. கிழித்த துண்டை வாயில் போட, காகிதம் போன்ற அந்த மெலிதான பிஸ்கட் துண்டு கரைந்துபோனது.

ஆர்ட்ஸ் காலரிக்கு முன்னால் நின்ற பழைய வேனில் சாண்ட்விச்சும், சாயாவும் வாங்கிக்கொண்டு மியூசியம் படிக்கட்டில் உட்கார்ந்து சாப்பிட்டுக் கொண்டிருந்தபோது பக்கத்தில் வந்து சாண்ட்விச்சோடு உட்கார்ந்த சிவப்பு ஸ்வெட்டர்காரர் ஹலோ என்றார். பயம் நிகழ்ச்சியில் நூற்றுச் சில்லரை பயங்கள் பட்டியலாக நீளும்வரை ஓரமாகப் பொறுமையோடு உட்கார்ந்து தலையை ஆட்டிக்கொண்டிருந்த கெச்சலான நடுவயதுக்காரர் அவர்.

ஒரு மணி நேரம் முன்னால் மெல்லிய வெயிலும் இதமான குளிருமாக இருந்த எடின்பரோ இப்போது சட்டென்று அதிகத் தணுப்பும் மேற்கேயிருந்து அடிக்கும் காற்றும் வெயிலை விரட்டியடித்து மேகம் கவியும் வானமுமாக மாறியிருக்கும் விநோதத்தைப் பகிர்ந்துகொண்டு ஸ்காட்லாண்ட் வானிலைக்கு எத்தனை முகம் என்பது பற்றிப் பேசிக்கொண்டிருந்தோம்.

அடுத்த நிகழ்ச்சி தொடங்கும் நேரம் என்பதால் அரங்கில் நுழைய 'வழிகாட்டியோடு ஒரு பயணம் போகத் தயாராக இருங்கள்' என்றார் விழா அமைப்பாளர்.

முப்பது பேர் காத்திருக்க, வழிகாட்டி அவசரமாக உள்ளே நுழைந்தார். பக்கத்தில் உட்கார்ந்து சாண்ட்விச் சாப்பிட்ட சிவப்பு ஸ்வெட்டர்காரர்தான் அவர்.

'மார்க் வேமேன் உங்களை இப்போது இந்தக் கட்டிடத்தின் பின்பகுதிக்கு சுற்றுலா அழைத்துச் செல்வார்'.

அறிவிப்பைத் தொடர்ந்து மார்க் வேமேன் முன்னால் நடக்க கூடவே மற்றவர்கள்.

அகதாமி கட்டடத்துக்குப் பின்னால் ஓவியக் கூடத்தைப் பார்த்தபடி நின்றார் மார்க்.

"இந்தக் கட்டிடம் விக்டோரியா காலத்தைச் சேர்ந்தது. வாசலில் மூன்று பிரமாண்டமான தூண்கள் இருக்கின்றன. கட்டடத்தின் வாசலில் யாருமே இல்லை."

அவர் சுற்றுலா வழிகாட்டி குரலில் தொடங்க, முன்னால் இருந்த கட்டிடத்தில் நான்கு தூண்கள் எல்லோருக்கும் தெரிந்தன. கட்டட வாசலில் சுற்றுப்பயணிகளின் ஒரு பெரிய கூட்டம் நின்றிருக்கிறது.

"கட்டடத்தின் மேல் வலப்புறம் கம்பத்தில் தேசியக் கொடி பறக்கிறது. பக்கத்தில், பாதுகாப்பு மேற்பார்வைக்காக ஒரு விடியோ காமிரா உள்ளது. கட்டடத்துக்கு முன்னால் இரண்டு நூற்றாண்டு முந்திய விளக்குக் கம்பங்கள் உள்ளன. ஒரே உயரமும் கனமுமான அந்த இரண்டு கம்பங்களிலும் உருவாக்கப்பட்ட 1995 என்ற ஆண்டு குறிக்கப்பட்டிருக்கிறது. ஒரு கம்பம் மற்றதை விட மூன்றடி உயரமாக உள்ளது.".

"வலப்புறத்தில் மலையடிவாரத்தில் ரயில் நிலையம். அங்கேயிருந்து ஒரு ரயில் இந்தப் பக்கம் இரைச்சலோடு ஓடிவந்து கொண்டிருக்கிறது. தொலைவில் நான்கு அரசாங்கக் கட்டடங்கள் மலைச்சரிவில் தட்டுப்படுகின்றன. வாசலில் பசுமையான புல்தரை விரிந்திருக்கிறது"

இடப்புறத்தில் மலை இருக்கிறது. அரசாங்கக் கட்டடங்கள் மலையடிவாரத்திலிருந்து வளைந்து திரும்பும் தெருவில் உள்ளன. அவற்றின் வாசலில் பசுமையான புல் தரை உண்டு. இரைச்சலோடு ரயில் வருகிறது. அது ரயில் நிலையத்திலிருந்து வரவில்லை. அங்கே போய்க்கொண்டிருக்கிறது.

மார்க் வேமேன் அளிக்கும் விளக்கம் பார்வையாளர்களுக்கு அவர் காட்டும் காட்சியோடு எப்போதும் பொருந்துவதில்லை. காட்சியிலிருந்து சொற்களைப் பிரித்து நிறுத்த அவர் பல நுட்பங்களைக் கையாள்கிறார். பின்னால் இருப்பதை முன்னால் இருப்பதாக வர்ணிக்கிறார். சில நுட்பமான உண்மைகளைச் சொல்லும்போது சட்டென்று கண்ணில் படக்கூடிய சில தகவல்களைத் தவறவிடுகிறார். சில காட்சிப் பிழைகளை நுழைக்கிறார்.

காட்சியும் வார்த்தையும் அவ்வப்போது ஒன்றுபடும்போது கிரகித்துக்கொண்டு, காதில் விழுவதற்கும் கண்ணில் படுவதற்கும் இடையே திரும்பத் திரும்ப ஏற்படும் வேறுபாட்டை வேகவேகமாகக் கடந்து, அதை இடம்-வலம், முன் பின் என்று இலக்கு மாறிய வேறு காட்சிகளோடு தொடர்புபடுத்தி இசையவைக்க முயன்றபடி,

சூழலோடு ஒத்திசைவாக நிற்க எல்லோரும் படும் சிரமம் பார்வையிலும், சிரிப்பிலும் தெரிந்தது.

மார்க் வேமேன் சொல்லைக் காட்சியிலிருந்து அகற்றி நிறுத்தும்போது பார்வையாளர்கள் தங்களுடைய தீர்மானங்களை உருவாக்கிக்கொள்ள வேண்டிய அவசியம் ஏற்படுகிறது. காட்சியை மறுக்க மனம் ஒப்புக்கொள்வதில்லை. காதில் விழும் சொல்லை மறுக்கவும் அது முழுக்க உடன்படுவதில்லை. கொண்டு கூட்டிப் பார்த்து அதில் உண்மையைத் தேடி, இட்டு நிரப்பப் பிரயாசைப்படும்போது, நிகழ்வு புலன்களில் ஏற்படுத்தக்கூடிய உணர்வுகளின் பரந்துபட்ட சாத்தியக்கூறுகள் பிரத்தியட்சமாகின்றன. மார்க் வேமேன் என்ற நிகழ்கலைஞர் வெற்றிபெறுவது இங்கேதான்.

மலையாள மலர்கள்

சமீபத்தில் உதிர்ந்த சில மலர்கள் பற்றி -

மலையாள இலக்கியம் 'சாஹித்திய வாரபலம்' கிருஷ்ணன் நாயர், குப்தன் நாயர் என்ற இரண்டு முக்கியமான விமர்சகர்களைக் கடந்துபோன முப்பது சில்லறை நாட்களில் இழந்துள்ளது. குப்தன் நாயரைத் தீவிர இலக்கிய ரசிகர்கள் அவருடைய சொற்பொழிவுகள், புத்தகங்கள் மூலம் அறிவார்கள். கிருஷ்ணன் நாயருடைய ரசிகர்களில் மலையாளப் பத்திரிகை படிக்கிற, இலக்கியத்தோடு குறைந்த பட்சப் பரிச்சயம் உள்ள ஒரு பெரிய ஜனக்கூட்டமே அடங்கும். கிட்டத்தட்ட முப்பத்தைந்து வருடத்துக்கு மேலாக வாராவாரம் மிடில்-ஓஃப்-தி-ரோட் பத்திரிகைகளில் இலக்கியம் பற்றிச் சளைக்காமல் எழுதி வந்த ஜாம்பவான் அவர். எழுதிய பத்திரிகை அவ்வப்போது மாறிவந்தாலும், கட்டுரைத் தொடருக்கு ஒரே பெயர்தான் சாஹித்ய வாரபலம். முப்பத்தேழு வருடத்தில் இரண்டே வாரம்தான் இந்த இலக்கிய வாரபலன் கட்டுரை எழுதாமல் நாயர் பேனா மூடிவைக்கப்பட்டது. ஒன்று அவர் அபூர்வமாகக் காய்ச்சலில் விழுந்தபோது. மற்றது அவருடைய மகன் சாலை விபத்தில் இறந்துபோன வாரம்.

சினிமா, அரசியல் விமர்சனம் போல் அந்தந்த வாரத்துக்குக் கொஞ்சம் முன்னால் பத்திரிகைகளில் வெளிவந்த சிறுகதை,

கவிதை என்று எடுத்துக்கொண்டு சிரத்தையாகச் செய்த விமர்சனம் கிருஷ்ணன் நாயருடையது. இந்த விமர்சனத்தைச் சாக்காக வைத்து அவர் படித்த, படித்துக்கொண்டிருந்த ஆங்கில, வேற்று மொழி இலக்கியங்களைச் சளைக்காமல் அறிமுகப்படுத்திய உற்சாகமான விமர்சகர் அவர். ஒரு புலர்காலைப் பொழுதில் மலையாளத்தில் இனிமேல் சிறுகதையோ, கவிதையோ எழுதமாட்டோம் என்று எல்லா எழுத்தாளர்களும், எழுதினாலும் போடமாட்டோம் என்று பத்திரிகை ஆசிரியர்களும், அச்சுப்போட்டு வந்தாலும் படிக்க மாட்டோம் என்று வாசிக்கத் தெரிந்த மலையாளிகளும் ஒட்டுமொத்தமாகத் தீர்மானித்துச் செயல்பட்டிருந்தால்கூட கிருஷ்ணன் நாயர் வாரபலன் கட்டுரையை நிறுத்தியிருக்க மாட்டார் என்று தோன்றுகிறது. அவருக்கு வேற்று மொழி இலக்கியம் பற்றி எழுத, முக்கியமாக இலக்கியம், ரசனை பற்றிப் பொதுவாகக் கதைக்க வண்டி வண்டியாகக் கைவசம் இருந்தது.

ஜப்பானிய எழுத்தாளர் மிஷிமோ பற்றி இந்து பத்திரிகையில் அசோகமித்திரன் எழுதிய ஒரு கட்டுரை பற்றி கிருஷ்ணன் நாயரோடு இண்லண்ட் லெட்டர் யுத்தம் நடத்திய அனுபவம் டயரிக்காரனுக்கு உண்டு. ஆனாலும் அவருடைய இலக்கியச் சேவைக்காக, குறிப்பாக, நூற்றுக்கணக்கான லத்தீன் அமெரிக்க, ஜப்பானிய, ஆப்பிரிக்க இலக்கியவாதிகளையும் அவர்களுடைய படைப்புகளையும் அறிமுகப்படுத்தியதற்காக லட்சக்கணக்கான மலையாள வாசகர்களில் ஒருவனாக நாயருக்கு எப்போதும் நன்றி பாராட்டுகிறதில் பெருமிதமே.

கிளிக்கூண்டைத் தூக்கிக் கொண்டு ஒரு பத்திரிகையை விட்டு மற்றதுக்கு வாரபலன் கட்டுரைத் தொடரை மாற்றி வந்த ஒரு கிளி ஜோசியக்காரனாகக் கிருஷ்ணன் நாயரை உருவகப்படுத்தி மதிப்புக்குரிய மலையாள இலக்கியவாதியான ஒரு நண்பர் டயரிக்காரனுக்கு இரண்டு வருடம் முன்பு எழுதியிருந்தார். என்னெ க்ஷமிக்கணெ பகுமானப்பெட்ட .... நம்முடெ ஸ்வந்தம் கிருஷ்ணன் நாயர் மரிச்செங்கிலும் வாழ்த்தப்பெடட்டே.

காலமானார் பட்டியலில் மலையாளத் திரைப்பட இசையமைப்பாளர் தேவராஜனும் சேர்ந்துவிட்டார்.

வயலார் கவிதைக்கு அதெல்லாம் கவிதை இல்லை என்று நிர்த்தாட்சண்யமாக மறுத்துவிடுவார் கிருஷ்ணன் நாயர்

தேவராஜன் மாஸ்டர் இசையமைத்து, ஏசுதாசும், பொரயத்து லீலா என்ற பி.லீலாவும், ஜானகியும் பாடி, சத்யனும், மதுவும், நசீரும், ஷீலாவும், ஜெயபாரதியும் அபிநயித்து மறக்க முடியாதவை ஆக்கிய திரைப்படப் பாடல்கள் ஏராளம்.

அறுபது எழுபதுகளின் மலையாள நாடக மேடைக் கானங்களுக்கும் புத்துயிர் கொடுத்தவர் தேவராஜன். தன் ஆப்த நண்பரும் கவிஞருமான ஓ.என்.வி.குறூப் எழுதி தேவராஜனே பாடிய 'துஞ்ஞுன் பரம்பிலே தத்தே' இசைத்தட்டு இணையத்தில் கிடைக்கும். கேட்டுப்பாருங்கள். ('நிங்ஙள் என்னெ கம்யூனிஸ்ட் ஆக்கி' நாடகம் என்று நினைவு; 'எண்டெ மகனாணு சரி' நாடகம் அது என்று விஷயம் தெரிந்தவர்கள் சொன்னாலும் சரிதான்). தேவராஜன் மாஸ்டருக்கு ஜி.என்.பாலசுப்ரமணியம் மேல் இருந்த அபிமானம் புரியும்.

தமிழில் அவர் இசையமைப்பில் துலாபாரம் ('காற்றினிலே', 'சங்கம் வளர்த்த தமிழ்'), அன்னை வேளாங்கண்ணி ('வானமென்னும் வீதியிலே' மாதுரி ஏசுதாஸ் பாடலுக்கு அபிநயம் ஜெ.ஜெ- ஜெமினி), ஜெயகாந்தனின் கதையை எஸ்.வி.சுப்பையா திரைப்படமாக்கிய 'காவல் தெய்வம்' படத்தில் 'அல்லாவின் தயவினிலே' (டி.எம்.எஸ், பி.பி.எஸ் குரல்களும் சிவாஜி முத்துராமன் நடிப்பும்) என்று சில படங்களே நினைவு வருகின்றன. சுவாமி ஐயப்பன் படத்தில் 'திருப்பாற்கடலில் பள்ளி கொண்டாயே' பாட்டை விட்டுட்டீங்களே என்கிறார் நண்பர் தூள்.காம் பாலாஜி.

போன மாதம் காலமான மலையாள குணச்சித்திர நடிகர் எம்.எஸ்.திருப்புணித்துற பற்றி எழுதாமல் இந்த ஓபிச்சுவரி பூர்த்தியடையாது. 'திருப்ணித்ற' பற்றி இரண்டு வருடம் முன்னால் திண்ணையில் மத்தளராயனாக எழுதிய கட்டுரையை அன்பர்கள் தேடிப்பிடித்துப் படித்தால் அவர்களுக்கு சகல சவுபாக்கியமும் திருப்பணித்துறையின் ஆசிர்வாதமும் கிட்டும்.

மாதிரிமங்கலம் சேஷன் வெங்கட்ராமன் என்ற மலையாளத் தமிழரான திருப்புணித்துற சினிமா, சின்னத்திரை நடிகராகப் பரவலாக அறியப்பட்டவர். ஹரிஹரனின் 'பெருந்தச்சன்' படத்தில் நெடுமுடி வேணுவோடு வரும் அசட்டு நம்பூத்ரியா, 'மின்னாமினுங்கின் நுறுங்கு வெட்டம்' படத்தில் பார்வதி ஜெயராமின் தகப்பனாக வரும் மனசில் ஈரமில்லாத நம்பூத்ரியா,

ஏஷியாநெட் டி.வி மெகா சீரியலில் ரத்தம் குடிக்கத் துரத்தி வரும் காதோரம் லோலாக்கு இல்லாத கள்ளியங்காட்டு யட்சி சுகன்யாவைக் கண்டு மிரண்டு ஓடும் கிருஷ்ணன் கோயில் சாந்திக்கார நம்பூத்ரியா திருப்புணித்துற நடிக்காவிட்டால் இந்த நம்பூத்ரிகள் காற்றில் கரைந்து போயிருப்பார்கள். தமிழில் ஒரே படம். மம்மூட்டியின் 'மௌனம் சம்மதம்' நாகேஷின் அதிரடியான எடுபிடி.

கதாகாலட்சேபக் கலைஞர், கணக்கு வாத்தியார் என்ற மற்ற சிறப்புகளும் இந்தத் தமிழ் மலையாளிக்கு உண்டு என்பதைக் குறிப்பிட்டே ஆகவேண்டும்.

அப்பாடா, நினைவஞ்சலி ஒரு வழியாக முடிந்தது. இங்கிலாந்து பத்திரிகைகளில், முக்கியமாக கார்டியனில் பக்கம் பக்கமாக ஓபிச்சுவரி போடுவதோடு, அதையெல்லாம் புத்தகமாக வேறு வெளியிடுகிறார்கள். போன வாரம் இங்கே எடின்பரோ பத்திரிகையில் ஒரு விளம்பரம் கண்ணில் பட்டது காலமானார் பகுதி எழுத அனுபவம் உள்ள பத்திரிகையாளர் தேவை.

தினமணியில் தினசரி 'நீர்மட்டம்' செய்தி எழுதவே ஒரு நிருபர் இருந்ததாக நா.பா சொல்வார். தினசரி 'பேச்சிப்பாறை நீர்த்தேக்கம் முப்பது அடி, வைகை அணண இருபத்தேழு அடி, மேட்டூர் தண்ணீர் இல்லை' என்று மர ஸ்கேலால் எழுதுவதைவிட இது சுவாரசியமான வேலையாகத்தான் இருக்கும்.

எடின்பரோ – லைசியம் தியேட்டர்

எடின்பரோ ராயல் லைசியம் தியேட்டர் குழுவின் பாஸ்ட் நாடகத்தைப் பார்க்கச் சந்தர்ப்பம் ஏற்பட்டது.

இரண்டு பாகமாக அமைந்த நாடகம். ஒவ்வொரு பாகமும் இரண்டு, இரண்டேகால் மணி நேரம் நிகழக்கூடியது. ஒரே நாளில் நிகழ்த்தப்படும்போது பார்க்கப் போனால், பிற்பகலிலிருந்து ராத்திரி பத்து மணி வரை நாடகம் பார்க்க, கொட்டகைக் கடையில் பியர் குடிக்க, மூத்திரம் போக, சாயந்திரம் தட்டுக்கடையில் சூடாக டோநட், சாயா, பக்கத்து டிராவர்ஸ் தியேட்டரிலும், அஷர் ஹால் இசையரங்கிலும் அடுத்து என்ன நிகழ்ச்சி, எப்போது என்று விளம்பரங்களை மேய்வது, லோத்தியன் வீதி பங்களாதேஷ் சாப்பாட்டுக் கடையில் ரொட்டி, ராத்திரி போஜனம், திரும்ப நாடகம் என்று தொடர்ந்து செலவழிக்க வேண்டிவரும்.

நாடகத்தின் ஒவ்வொரு பகுதிக்கும் கிட்டத்தட்ட இருபது பவுண்ட் கட்டணம். ஆனாலும் எடின்பரோ லைசியம் தியேட்டரில் கிட்டத்தட்ட ஒரு மாதமாக ‘பாஸ்ட்’ அவை நிறைந்து நிகழ்த்தப்பட்டு வருகிறது. ஏப்ரல் இரண்டாம் வாரம் வரையான காட்சிகளுக்குக் கணிசமாக நுழைவுச் சீட்டுகள் விற்பனையாகியிருக்கின்றன.

அரங்கில் நுழைந்தபோது கிட்டத்தட்ட எல்லா இருக்கைகளும் நிறைந்திருந்தன. இரண்டு பக்கத்திலும் வெள்ளைக்கார மூதாட்டிகள் கையில் பைனாகுலரோடு அமர்ந்திருக்க, நடு இருக்கையில் உட்கார வேண்டிய கட்டாயம்.

நாடகம் உண்மையிலேயே ஒரு மறக்கமுடியாத அனுபவம்.

ஐரோப்பிய இலக்கிய சாதனைகளை யார் பட்டியல் போட்டாலும் தவறாமல் இடம் பெறுவது ஜெர்மன் கவிஞர் கதே எழுதிய கவிதை நாடகமான பாஸ்ட் *(Faust)*. பதினேழாம் நூற்றாண்டு மத்தியிலிருந்து பதினெட்டாம் நூற்றாண்டு மத்தியப் பகுதி வரை வாழ்ந்த கதே அரசியல், கலை, இலக்கியம் என்று எல்லா வகையிலும் பரபரப்பாக விளங்கிய இந்த இரண்டு நூற்றாண்டுகளின் சிந்தனை ஓட்டங்களையும், அவற்றை மீறிய அசாத்தியப் படைப்பு ஆற்றலையும் இந்தக் கவிதை நாடகத்தில் வடிக்க எடுத்துக் கொண்ட காலம் கிட்டத்தட்ட அறுபது வருடம். அவருடைய வாழ்நாள் சாதனை என்று தயங்காமல் சொல்லலாம் இரண்டு பாகமாக அமைந்த இந்தப் படைப்பை.

ஹோமரின் கிரேக்க இதிகாசமான இலியாதில் வரும் நாயகி ட்ராய் நகரப் பேரரசி ஹெலன், சாமானியர்கள், சாத்தான், தெய்வம், மிருகங்கள் என்று கிட்டத்தட்ட நூறு கதாபாத்திரங்கள் கொண்ட இந்தப் படைப்பை மேடையேற்றுவது அசுர சாதனை என்றுதான் சொல்லவேண்டும். லைசியம் தியேட்டர் நாடகக் குழுவினர் இதை அனாயாசமாக நிறைவேற்றியிருக்கிறார்கள்.

அதுவும் போன நூற்றாண்டு இலக்கியப் படைப்பை நவீன மேடை உத்திகள், பின் நவீனத்துவ நாடகமொழி இவற்றின் அடிப்படையில், நிகழ்கால பிரக்ஞையும், காலப் பிரமாணமும் கச்சிதமாகப் பொருந்திவரும்படிக்கு.

உடலுறவு பற்றி சதா உதிர்க்கப்படும் வார்த்தைப் பிரயோகங்கள் நாடகம் முழுக்க விரவி இருப்பதைக்கூடப் பொறுத்துக்கொள்ளலாம். தமிழ்ச் சூழலில் இதுதான் நிகழ்கலையான நாடகம் என்று தெரிவிக்கப்பட்டு நிகழ்த்தப்படும்போது பார்வையாளர்களாக இருந்தும், நாடகப் பிரதியை வாசித்தும் வளர்ந்தவர்களுக்கு, என்னதான் ஐரோப்பிய நாடக வளர்ச்சி பற்றிய புரிதல் இருந்தாலும், உடலுறவை கிட்டத்தட்ட நிகழ்த்திக்காட்டும்

காட்சியமைப்புகள் அதிர்ச்சியை உண்டாக்கக் கூடும். கூட்டப் புணர்ச்சி, வாய்வழிப் புணர்ச்சி போன்றவை இவை.

கதேயின் நாடக நாயகன் டாக்டர் பாஸ்ட் வானளாவிய அதிகாரம் கிடைக்க ஏங்குகிறான். உலகத்தின் சகலமான இன்பங்களை அனுபவிக்க ஆசைப்படுகிறான். கேட்டதைத் தருகிறேன் என்று முன்வருகிறான் மெபிஸ்டபிலிஸ் என்ற பெயரில் வரும் சாத்தான். ஒரே ஒரு நிபந்தனை. பாஸ்ட் சாத்தானுக்குத் தன் ஆன்மாவை ஒப்புத்தரவேண்டும். எந்த ஓர் இன்பத்தை அனுபவிக்கும்போது அதில் அமிழ்ந்து வெளியேறி அடுத்த இன்ப அனுபவத்துக்கு வர முடியாமல் போகிறதோ, அப்போது பாஸ்ட் சாத்தானுக்கு அடிமையாகிவிடுவான். ஏற்றுக்கொண்டு உடன்படிக்கையில் கையெழுத்துப் போட்டுத்தரும் பாஸ்ட்டும், அவன் கூடவே மெபிஸ்டபிலிஸூம் போகிற வெளி, உள் பயணங்களின் ஒழுங்கமைவு ஜாக்கிரதையாகக் குலைக்கப்பட்ட தொகுப்பு தான் 'பாஸ்ட்' நாடகம்.

'இன்பத்தின் எல்லைகளை அனுபவிக்க வேணும்' என்கிற பாஸ்ட் உடல் சார்ந்த இன்பத்தின் எல்லைகளைத் தொடும்போது தயங்குகிறான். 'எல்லைகளை அனுபவிக்க வேண்டும். ஒரு எல்லைக்கு உட்பட்டு' என்று திருத்திச் சொல்கிற பாஸ்ட் இந்தக் காலத் தயக்கமும், குழப்பமும் கலந்த மதிப்பீடுகளின் பிரதிநிதி.

சுழலும் நாடக மேடை. மேடைக்குள் மேடையாக இன்னொரு அரங்கம், மேடையைச் சுற்றிக் கவிந்து பிரமாண்டமான புத்தக அலமாரிகளாக, சுற்றிச் சூழ்ந்து இறுகும் கூண்டுகளாக, பாத்திரங்கள் அவ்வப்போது ஏறி இறங்கி, இருந்து அபிநயிக்கும் மேடை வெளியாக பிரமாண்டமான இரும்புச் சட்டகங்கள். பின்னால் திரையில் அவ்வப்போது விடியோ ப்ரஜெக்ஷனாகக் கோள்கள், வானப் பரப்பு என்று விரியும் காட்சிகள். மேடையில் பொதுவாகவும், சூழும் இருளுக்கு நடுவே குறிப்பிட்ட இடத்திலும் படரும் ஸ்ட்ரோபிக் ஒளியமைப்பு. தொழில் நுட்பம் நயமாகப் பயன்படுத்தப்பட்டு, பாஸ்ட் நாடகத்தைச் சிறப்பாக்குகிறது.

கூடவே, எளிய காட்சியமைப்புகள். பல காட்சிகளில் கட்டியங்காரன் போல் இயக்குனரும் ஒரு பாத்திரமாக மேடையில் நாற்காலி போட்டு ஓரத்தில் உட்கார்ந்திருக்கிறார். 'இந்தப் பாத்திரம் உள்ளே போகலாம்' என்று அவர் உரக்கச் சொல்ல, பாதிப்

பேச்சில் ஒரு கதாபாத்திரம் மறைகிறது. 'தெருவில் நடக்கிறான் பாஸ்ட்' என்று சொல்ல, செட் பிராப்பர்ட்டி எதுவும் கண்ணில் காட்டாமல், மேடை சட்டென்று தெருவாகிறது. காட்சியைச் சட்டென்று முடிக்க வேண்டியிருந்தால், 'உயிரைக் கொண்டு போக தேவதைகள் வரலாம்' என்று அவர் அறிவிக்க, இரண்டு தேவதைகள் உள்ளே வர, இழுத்துப் பறிக்காமல் ஒரு மரணம். காட்சி முடிவு.

நாடகத்தின் முதல் பகுதியில் பெண் கதாபாத்திரமான கிரட்சென், பாஸ்ட் அவளுடைய படுக்கையறையில் மறைத்துவைத்துப் போன அழகான உடையைப் பார்க்கிறாள். தோழி தூண்ட, உடுத்தியிருந்ததைக் களைந்துவிட்டு அங்கேயே புது உடுப்பை மாற்றிக்கொண்டு அழகு பார்க்கிறாள். அவள் தோழியை சாத்தான் மயக்குகிறான். சுவரில் சாய்ந்து அவனோடு வாய்வழிப் புணர்ச்சியில் தோழி ஈடுபட, பாஸ்டோடு படுக்கையைப் பகிர்கிறாள் கிரட்சென். இரண்டு பக்கத்திலும் பெண் பார்வையாளர்கள் இருக்க, நடுவில் உட்கார்ந்து இதைப் பார்க்கச் சங்கடமாக இருந்தாலும், கதையும் வசனமும் நாடக ஆக்கமும் இருக்கையில் உட்காரவைத்தன.

நாடகத்தின் இரண்டாம் பகுதியில் பாஸ்ட் பேரழகியும் கிரேக்க மகாராணியும் ஆன ஹெலனைச் சந்திக்க விரும்புகிறான். கடல் தேவதைகளும் சாத்தானும் கேட்டுக்கொண்டபடி அவன் முழு உடுப்பையும் களையவேண்டி வருகிறது. பிறந்த மேனிக்கு மேடையில் நின்று வசனம் பேசும் பாஸ்ட், அப்படியே மெல்ல நடந்து பின்னால் போக, பக்கத்தில் சத்தம். திரும்பிப் பார்க்க, பைனாகுலர்கள் உயர்ந்திருந்தன.

பேசிக் இன்ஸ்டிங்க்ட்

மக்கார்த்தி ஐம்பதுகளில் அமெரிக்காவில் நடத்திய கம்யூனிஸ்ட் களையெடுப்பு பற்றிய ஜார்ஜ் க்ளூனியின் 'குட்நைட் அண்ட் குட்லக்', ருவாண்டா படுகொலை பற்றிய பிரிட்டிஷ் படமான 'ஷூட்டிங் டாக்ஸ்', பிலிப் சைமோர் ஹாப்மெனுக்கு ஆஸ்கர் பரிசு வாங்கித்தந்த 'கபோட்' என்று பார்த்த சினிமாக்கள் பற்றி எழுத வேண்டியிருக்கிறது. கட்டுரை நீண்டுபோனதால், அதெல்லாம் அடுத்த இதழில்.

முடிக்கும் முன்னால், கார்டியன் பத்திரிகையில் பீட்டர் பிராட்ஷா இந்த வாரம் 'பேசிக் இன்ஸ்டிங்க்ட் 2' படம் பற்றி எழுதியிருந்தது :

'பேசிக் இன்ஸ்டிங்க்ட்' முதல் படத்தில் கதாநாயகியாக நடித்த ஷரன் ஸ்டோன் கிட்டத்தட்ட பத்து வருடம் கழித்து வரும் இந்த இரண்டாம் படத்திலும் கதாநாயகி. ஈ-மெயில் கம்ப்யூட்டர் கீ-போர்ட் '@' பொத்தான் உபயோகத்தில் கொண்டு வந்த அதேயளவு மாபெரும் மாற்றத்தை, விடியோ ரிமோட்டின் '*pause*' பொத்தானை அழுத்துவதில் ஏற்படுத்திய படம் முதல் 'பேசிக் இன்ஸ்டிங்க்ட்.'

அவர் குறிப்பிடும் காட்சி என்னவென்று புரிந்திருக்கலாம். அந்தப் படம் பார்க்கும்போது உங்களிடம் வீடியோ பிளேயர் இருந்ததா?

எடின்பரோ – மறுபடி லண்டன்

அதிகாலை ஐந்து மணிக்குத் தோப்புத் தெருவுக்கு வரவேண்டிய டாக்சிக்காரர் க்ரோவ்னர் தெருவில் அலைந்து திரிய வேண்டிப்போனது டாக்சிக் கம்பெனி அம்மணியின் தவறு மூலமாக.

தவறு கொஞ்சம் முன்னாடியே ஆரம்பமாகிவிட்டது. ஈஸ்டர் விடுமுறை தொடங்குவதற்குக் கடைசி நிமிடம் வரை தள்ளிப்போட்டு சட்டென்று முடிவெடுத்து விமானப் பயணமாக லண்டனுக்குக் கிளம்பியது முதல் தப்பு. காலைக் காப்பிகூடக் குடிக்காமல் அடித்துப்பிடித்துக்கொண்டு விமானத்தளம் போய்ச்சேர்ந்தது ரெண்டாம் தப்பு. ஆறரை மணிக்குக் கிளம்பும் பி.எம்.ஐ ஃப்ளைட்டில் வாங்கோண்ணா என்று உபசார வார்த்தையோடு, ஆவி பறக்கப் பறக்க ஒரு டம்ளர் அல்பமான காப்பித் தண்ணியாவது கலந்து எடுத்து வந்து நீட்டமாட்டார்களோ என்று எதிர்பார்த்தது அடுத்த தப்பு. மாட்டார்களாம்.

ஏர் ஹோஸ்டஸ் டிரேயில் காப்பி, டீ சகிதம் வந்தபோது, கழுத்தில் கண்டக்டர் மாதிரி தோல்பை. காப்பி சாயா வேணுங்களா? கட்டாயம் வேணும் தாயி. ஒண்ணரை பவுண்ட் அடைச்சா காப்பி. சாயா ஒரு பவுண்ட். பிஸ்கட் அம்பது காசு. எடுக்கட்டா?

செங்கல்பட்டு ஜங்ஷன் பிளாட்பாரத்தில் சேது எக்ஸ்பிரஸ் நிற்கும்போது 'இட்லி வடை சூடான காப்பி' என்று கடந்து போகிற குரல்களை இனி விமானங்களிலும் நாசுக்கான ஆங்கிலத்தில் கேட்கலாம்.

எடின்பரோ – லண்டன் மறுபடி 2

இங்கிலாந்தில் இப்போது பென்ஷன் நிதி நெருக்கடி நிலை உருவாகியிருக்கிறது. அரசு, தனியார் நிறுவனங்கள் பென்ஷன் நிதியை முதலீடு செய்திருந்த இனங்களிலிருந்து வரும் வருமானம் குறையத் தொடங்கியிருப்பதால், இப்போதைய, இனி வரப்போகிற பென்ஷன்தாரர்களுக்கு மாதாந்திர பென்ஷனைக் கொடுப்பது செலவுக் கணக்கை எகிற வைக்கும்.

பிரச்னை தீர ஒரு வழியாக அமைச்சர் கார்டன் ப்ரவுன் அறிவித்திருப்பது இதுதான் உத்தியோகத்திலிருந்து ஓய்வு பெறும் வயதை உயர்த்துவது. இதையடுத்து, பிரிட்டீஷ் ஏர்வேஸ் அதிரடி அறிவிப்புச் செய்திருக்கிறது. பைலட்டுகள் இனி அறுபது வயது வரையும், ஏர் ஹோஸ்டஸ்கள் அறுபத்தைந்து வயதுவரையும் வேலை பார்க்க வேண்டும்.

கண்ணைக் கவிந்தபடி காக்பிட்டில் வயோதிக விமானிகள் உட்கார்ந்து விமானத்தைச் செலுத்திக்கொண்டிருக்க, தள்ளாடியபடி உள்ளே ஏர்ஹோஸ்டஸ்கள் சாயா, காப்பி விற்றுக் காசு வாங்கிப் போட்டுக்கொண்டு மூட்டுவலியோடு நடந்துபோகிற காலம் வருவதற்கான அறிகுறிகள் தட்டுப்படுகின்றன.

பென்ஷன் பெறும் வயது உயர்கிறதோ இல்லையோ, கணிசமான பிரிட்டீஷ்கார முதியவர்கள் தொண்ணூறு, நூறு வயது கடந்து பிரச்னையில்லாமல் மூச்சுவிட்டுக் கொண்டு ஓடியாடித் திரிந்து கொண்டிருக்கிறார்கள்.

எலிசபெத் மகாராணிக்கு வரும் ஜூன் மாதத்தில் எண்பது வயதாகிறது. ஈஸ்டரை ஒட்டி மகாராணி மாண்டி பர்ஸ் என்று ஆயிரக்கணக்கான பேருக்கு தட்சணை கொடுப்பது வழக்கம். மற்றதில் மரபு கடைப்பிடிக்கப்படுகிறதோ என்னமோ, மாண்டி பர்ஸ் விஷயத்தில் பக்கிங்ஹாம் அரண்மனை அதைக் கெட்டியாகப் பிடித்துக்கொண்டிருக்கிறது. ஒவ்வொருத்தருக்கும் தொண்ணூறு காசு. அதுதான் காலம் காலமாக வழங்கப்படும் தட்சணை. ரெண்டாயிரத்து ஆறாம் வருடத்திலும் ஏழைகளுக்கு அதே தொண்ணூறு பென்ஸ் காசைத்தான் துணிப்பையில் போட்டு நீட்டுகிறார் மகாராணி. அவருடைய எண்பதாம் பிறந்த நாள் என்பதால் அரை பவுண்ட் கூடுதலாகத் தரப்படும் என்று தெரிகிறது.

லண்டன் – மகாராணி புகைப்படம்

ராணியம்மாவின் எண்பதாம் ஆண்டு நிறைவு சிறப்புப் புகைப்படத்தை அருமையான கறுப்பு வெள்ளையில் எடுத்தவர் ஒப்செர்வர் பத்திரிகையின் புகைப்படக் கலைஞர். ஜேன் பவுன் என்ற இந்தப் பெண்மணி பக்கிங்ஹாம் அரண்மனையில் மகாராணியைப் படம் எடுத்து முடித்து, எண்பதாம் பிறந்த நாள் வாழ்த்துத் தெரிவித்தபோது ராணி சொன்னார், "ஜேன், உனக்கும் அதேபடி வாழ்த்துகள்." புகைப்படக் கலைஞர் ஜேன் பவுனும் எண்பது வயதில் அடியெடுத்து வைத்திருக்கிறார்.

லண்டன் – தி ஸ்ட்ரீட்

பி.பி.சியின் ‘தி ஸ்ட்ரீட்’ தொடரில் ஒரு காட்சி.

வேலையிலிருந்து நீக்கப்படும் ஒருத்தர் அதிகாரியிடம் காலைப் பிடித்துக் கெஞ்சாத குறையாக இன்னும் சிறிது காலம் வேலையில் தொடர அனுமதி தரச்சொல்லிக் கெஞ்சுகிறார். ‘போயிடுப்பா, இல்லேன்னா, காவல்காரனைக் கூப்பிட்டு உன்னை வெளியே கொண்டு விட வேண்டியிருக்கும்’ என்கிறார் அதிகாரி.

பிழைப்புக்கு வழியில்லாத அந்த ஐம்பத்தெட்டு வயதுக்காரர் தற்கொலை செய்துகொள்ள முயற்சிக்கிறார். தூக்குப் போட்டுத் தொங்கப் பார்த்தால், கயிறு அறுந்துபோகிறது. மின்சார ஒயரைத் தொட்டு ஷாக் அடித்துச் சாக நினைத்தால், ப்யூஸ் போகிறது. நூலகத்தில் போய் புத்தகம் தேடுகிறார். ‘எப்படி வெற்றிகரமாகத் தற்கொலை செய்து கொள்வது?’ கிடைக்கிறது. இரவல் வாங்கிப்போக, லைப்ரேரியனிடம் புத்தகத்தை நீட்டுகிறார்.

‘இதை யார் திரும்பக் கொண்டு வந்து கொடுப்பாங்க?’ நூலகர் சிரத்தையாக விசாரிக்கிறார்.

ப்ளாக் ஹ்யூமரில் பிரிட்டீஷ்காரர்களை மிஞ்ச முடியாது.

நம்புங்கள் நாராயணனை

போன வார நம்புங்கள் நாராயணன் அல்லது ஆட்டுங்கல் நம்பூத்திரி ராசிபலனின் தனக்கு என்ன சொல்லப்பட்டிருக்கிறது என்று பிரிட்டீஷ் பிரதமர் டோனி பிளேய்ர் கவனித்திருந்தால், நெருங்கிய நபர்களால் பெருங்கஷ்டம் என்று தெரிந்திருக்கும்.

போன புதன்கிழமை ஒரே நாளில் அவருடைய மூன்று அமைச்சர்கள் பிளேய்ருக்குத் தலைவலி, திருகுவலி என்று கிரமமாக உண்டாக்கி, உட்கார்கிற இடத்தில் மிளகாய் விழுதைப் பதமாகத் தடவி எரிய வைத்துவிட்டார்கள்.

உள்துறை அமைச்சர் சார்லஸ் கிளார்க் தொடங்கிவைத்தார். அவருடைய அமைச்சகம் கடந்த நாலு வருடத்தில், கிரிமினல் குற்றம் சாட்டப்பட்ட கிட்டத்தட்ட ஆயிரத்து நூறு வெளிநாட்டுக்காரர்களை தண்டனை முடிந்ததும் விடுவித்திருக்கிறது. இதில் என்ன தப்பு இருக்கு என்று ஆச்சரியப்பட்டால், இதோ பிரிட்டீஷ் சட்ட விதிகளின்படி, இந்தக் கிரிமினல் குற்றவாளிகள் தண்டனைக் காலம் முடிந்ததும், அவரவர் நாடுகளுக்குத் திருப்பியனுப்பப்பட வேண்டும்.

ஆனால் நடந்ததோ வேறு தரத்தில். கொள்ளைக்காரர்கள், கொலையாளிகள், கற்பழிப்புக் குற்றவாளிகள் என்று பல தரப்பட்ட இவர்கள் எல்லாரும் சிறையில் இருந்து இறங்கி வந்து லண்டனிலும், பர்மிங்ஹாமிலும், கிளாஸ்கோவிலும் இன்னும் பிரிட்டன் முழுக்கவும் அடியெடுத்து வைத்து, நாட்டு

மக்களோடு இரண்டறக் கலந்துவிட்டார்கள். ஒரு நூறு பேர் போலத் திரும்பப் பிடிபட்டார்கள் என்று அரசாங்கம் அவசர அவசரமாக அறிவித்தாலும், பாக்கி தொள்ளாயிரம் பேரையும் பிடித்து நாடு கடத்துவது என்பது பகல்கனவுதான்.

இப்படிப் படு காஷுவலாக அயல்நாட்டுக் குற்றவாளிகளுக்குப் புனர்வாழ்வு அளித்ததற்குத் தார்மீகப் பொறுப்பேற்று உள்துறை அமைச்சர் கிளார்க் ராஜினாமா செய்ய வேணும் என்று எதிர்க்கட்சிகள் குரலை உயர்த்திவிட்டார்கள். ‘என்னோட அமைச்சரகம்தான். யார் இல்லேன்னாங்க? ஆனா, அங்கே இண்டு இடுக்கில் என்ன தப்பு நடக்கிறது என்று தூண்டித் துருவிப் பார்ப்பது என்னோட வேலையில்லை’ என்று சார்லஸ் கிளார்க் நம்ம ஊர் அமைச்சர்கள் ஸ்டைலில் எகிற, பிரதமர் தலையைக் கையில் பிடித்துக்கொண்டு அமர்ந்துவிட்டார்.

இதுக்கே இப்படிக் கவலைப்பட்டால் எப்படி, கொஞ்சம் இதையும் சமாளியுங்க என்று சுகாதார அமைச்சர் பாட்ரீஷியா ஹீவிட் அம்மையார் தன் பங்குக்கு மிளகாய் அரைத்திருக்கிறார்.

நாட்டின் ஒட்டுமொத்த உடல் நலமும் ஆரோக்கியமும் தேசிய சேவையான நேஷனல் ஹெல்த் சர்வீஸ் என்ற என்.ஹெச்.எஸ். மூலம் பராமரிக்கப்படும் இங்கிலாந்தில், மூக்கடைப்பில் இருந்து, புற்றுநோய்வரை சிகிச்சை பெற நாட்டுமக்கள் அரசு மருத்துவமனைகளைத்தான் நாடுவது வழக்கம். வரிப்பணம், அரசு மானியம் என்று காசு பணத்துக்குக் குறைச்சல் இல்லாமல் இருந்த என்.ஹெச்.எஸ்ஸின் நிதிநிலைமை நிர்வாகச் சீர்கேடு மூலம் தற்போது கண்டமேனிக்குச் சீர்கெட்டுக் கிடக்கிறது. மாதச் சம்பளம் கொடுக்கப் பணமில்லாமல் பத்தாயிரத்துக்கு மேற்பட்ட நர்சுகள் மற்றும் இதர மருத்துவப் பணியாளர்களை வேலையிலிருந்து திடீரென்று நிறுத்தப்போகிறதாகத் தெரிகிறது. ஆரோக்கிய சேவையைக் குற்றுயிரும் குலையுயிருமாக உயிருக்குப் போராட வைத்துவிட்டதாக அரசு மேல் குற்றச்சாட்டும், கோபமும் பரவலாக எழுந்திருக்கிற நேரம் இது.

இப்போது பார்த்து சுகாதார அமைச்சர் பாட்ரீஷியா ஹீவிட் அம்மையார் ராயல் காலேஜ் ஓஃப் நர்சிங் என்ற அரசு செவிலியர் கல்லூரியில் ஆண்டுவிழா உரையாற்றக் கனகம்பீரமாகப் புறப்பட்டுப் போயிருக்கிறார். என்.எச்.எஸ் அருமையான

ஆரோக்கியத்தில் இருக்கிறதாகவும், நர்சுகள்தான் தங்கள் வேலைமுறையைச் சிறப்பாக மாற்றிக்கொள்ள வேண்டியிருக்கிறது என்றும் எரிகிற கொள்ளியில் எண்ணெயை ஊற்றும் திருப்பணியை மைக்கைப் பிடித்துக்கொண்டு இந்த அமைச்சர் ஆரம்பிக்க, பாரம்பரியம் மிக்க ராயல் நர்சிங் கல்லூரி வரலாற்றிலேயே முதல்முறையாக கூச்சல், குழப்பம். அமைச்சர் உடனடியாக உரையை நிறுத்தும்படி கேட்டுக்கொள்ளப்பட்டார். டாக்டர்களும், நர்சுகளும் ஆத்திரத்தோடு அரசு நடவடிக்கைகளை எதிர்த்து கேள்விக்கணைகளை அமைச்சரை நோக்கித் தீவிரமாக எடுத்துவிட, அம்மையார் அடித்துப் பிடித்துக்கொண்டு வெளியே சாடிவிட்டார். பத்திரிகைகளுக்கும் எதிர்க் கட்சிகளுக்கும் கொண்டாட்டம். தொழிற்கட்சி நாட்டு மக்களின் ஆரோக்கியத்தோடு விளையாடுவது வெட்கக்கேடு என்றும், ஹீவிட் அம்மாவும் ப்ளேய்ர் அய்யாவும் உடனடியாக கால்கடுதாசி எழுதிக் கொடுத்துவிட்டு இறங்கிப் போக வேண்டும் என்றும் எதிர்ப்பாளர்கள் உரக்க முழங்க, ப்ளேய்ர் ஒரே நாளில் இரண்டாவது தடவையாக அடுத்த பிரச்னையைச் சந்திக்க வேண்டிய கட்டாயம்.

அமைச்சர்கள் மட்டும்தான் பிரதமரை நோகடிக்க வேணுமாக்கும், நான் எதுக்கு இருக்கேன் உதவிப் பிரதம மந்திரியாக என்று ஜான் பிரஸ்காட் அடுத்த பிரச்னையாகியிருக்கிறார்.

எல்லாம் பெர்பூமோ, ஜான் மேஜர் என்று காலம் காலமாக பிரிட்டீஷ் அரசியல் தலைவர்களை, முக்கியமாக அமைச்சர்களைச் சபல புத்திக்கு இரையாக்குகிற சமாச்சாரம்தான். அறுபத்தாறு வயது ஜான் பிரஸ்காட், நாற்பத்து நாலு வயதேயான தன் டயரி செகரெட்டரி குமாரி டெம்பிளோடு எக்கச்சக்கமான நெருக்கத்தில் இருந்ததாக டேப்ளாய்ட் பத்திரிகைகளில் வெளியான செய்தி உண்மைதான் என்று ஒத்துக்கொண்டிருக்கிறார்.

கன்சர்வேட்டிவ் கட்சிக்காரரும் பழைய பிரதமருமான ஜான் மேஜர் தன் அமைச்சரவையில் பெண் அமைச்சர் ஒருத்தரோடு காதல் கேளிக்கைகளில் ஈடுபட்டிருந்ததாக, அவர்கள் எல்லாம் பதவியிலிருந்து வெளியே போய் பல வருடத்துக்கு அப்புறம் குற்றச்சாட்டு எழுந்தபோது, 'கன்சர்வேட்டிவ்கள் ஒழுக்கம்-னா கிலோ என்ன விலைன்னு கேட்கிற ஆளுங்க' என்று சாடிய ஒழுக்க சீலர் பிரஸ்காட் 'என்னமோ புத்தி தவறிடுச்சு,

தப்புத்தான், மன்னிச்சுங்க' என்று ப்ளேய்ரிடமும், தன் அறுபது வயது மனைவியிடமும், நாட்டு மக்களிடமும் காலைப் பிடிக்காத குறையாக மன்னிப்பு கேட்கிறார்.

பிரஸ்காட்டின் கள்ளக்காதல் அவருடைய சொந்த விவகாரம் என்று ப்ளேய்ர் சமாளித்தாலும், தொழிற்கட்சியின் பரிசுத்தமான உருவம் சிதைவதை எதிர்க்கட்சிகள் கள்ளச் சிரிப்போடு பார்த்துக்கொண்டிருக்கின்றன.

மக்கள் என்ன நினைக்கிறார்கள்? கிரிமினல்களைக் கட்டவிழ்த்துவிட்ட உள்துறை அமைச்சர் கிளார்க் மற்றும் தேசிய ஆரோக்கிய சேவையை முடக்கிப்போட்ட ஹீவிட் அம்மையார் இருவர் மேலும் சகலருக்கும் அதிருப்தியும் கோபமும். காதல் மன்னன் பிரஸ்காட்? அந்தக் கிழம் எக்கேடும் கெடட்டும்; கவர்மென்ட் ஆபீசில் கவர்மென்ட் கட்டில் கவர்மென்ட் மெத்தை போட்டு கவர்மென்ட் வேலை நேரத்தில் கவர்மென்ட் ஊழியரான காதலியோடு சொந்த டூயட் பாடாமல் இருந்தால் சரிதான் என்பதே பொது அபிப்பிராயம்.

அடுத்த தேர்தலில் தொழிற்கட்சி மறுபடியும் கெலித்து, மற்ற அமைச்சர்கள் திரும்பி வந்தாலும், பிரஸ்காட் அமைச்சரவையில் இருப்பார் என்று தோன்றவில்லை. ரிடையரான காலத்தில் அவர் பொழுதை உருப்படியாகக் கழிக்க நம்மாலான சிபாரிசு அவரை பிரிட்டீஷ் பேட்டன்ட் இணையதளத்துக்கு-பேடன்ட்.கவ்.யூகே- விஜயம் செய்யும்படி கேட்டுக்கொள்வது.

அங்கே, லட்சக்கணக்கான பேட்டன்ட்கள் பற்றிய தகவல் நடுவில் இந்த சமாச்சாரம் தட்டுப்படும். ஐம்பது வருடம் முந்தி ஒரு பிரிட்டீஷ்காரர் உருவாக்க நினைத்து பேட்டன்ட் வாங்கியது. விஷயம் வேறொண்ணுமில்லை. ஆணுறை. கொஞ்சம் விசேஷமானது. *God Save the Queen* என்று கூடுதலில் உச்சக் கட்டத்தில் இசையெழுப்பிப் பாடும். பேட்டன்ட்டுக்கு உயிர்கொடுத்து, தானும், இன்னும் பலரும் தேசபக்தியோடு காதல் செய்ய பிரஸ்காட் வழிசெய்ய வாழ்த்துகள்.

இங்கிலாந்து தேர்தல் கணக்கு

பிரிட்டனில் ஊராட்சித் தேர்தல்கள் வரும் இந்த நேரத்தில், போன பொதுத் தேர்தல் செலவுக் கணக்காக அரசியல் கட்சிகள் சமர்ப்பித்த தகவல்கள் வெளியாகியுள்ளன.

ஆளுங்கட்சியான டோனி ப்ளேய்ரின் தொழிற்கட்சிச் செலவுக் கணக்கிலிருந்து -

தேர்தல் வெற்றிக்காகப் பிரச்சாரம் உருவாக்க ஒரு அமெரிக்க ஆலோசகருக்குக் கொடுத்த கட்டணம் நாலு கோடி ரூபாய். பழைய அமெரிக்க அதிபர் பில் கிளிண்டனோடு தொடர்புடைய கம்பெனி இது.

டோனி ப்ளேய்ர் தன் முந்தைய அமைச்சரவையின் ராஜினாமாவை பக்கிங்ஹாம் அரண்மனையில் சமர்ப்பித்துவிட்டு, பத்து டவுனிங் தெரு வீட்டுக்கு டாக்சியில் போக நானூத்தெண்பது ரூபாய் செலவு.

பிரதமரின் மனைவி செர்ரீ ப்ளேய்ர் கணவரோடு கூடத் தேர்தல் பிரச்சாரத்துக்குப் போயிருக்கிறார். அப்போதெல்லாம் ப்யூட்டி பார்லருக்குப் போய் சிகையலங்காரம் செய்து கொண்ட வகையில் செலவு சுமார் அறுபத்து நாலாயிரம் ரூபாய்.

எதிர்க்கட்சியான கன்சர்வேட்டிவ் கட்சியின் செலவுக் கணக்கிலிருந்து -

ஓட்டுப் போடச்சொல்லி ஈமெயில் அனுப்ப, பத்து லட்சம் ஈமெயில் முகவரிகள் வாங்கிய வகையில் செலவு கிட்டத்தட்ட ஐம்பத்தைந்து லட்சம் ரூபாய்.

இளவரசர் சார்லஸ் - கமீலா பார்க்கர் கல்யாணத்துக்குப் போகக் கட்சித் தலைவர்களில் ஒருவரான ஹோவர்டின் மனைவிக்கு ஒப்பனைச் செலவு ஐநூறு ரூபாய்.

இன்னொரு எதிர்க்கட்சியான லிபரல் டெமகிராட் கட்சியின் முக்கிய எலெக்ஷன் செலவாகக் காட்டப்படும் கணக்கு - கட்சித் தலைவர் சார்லஸ் கென்னடி நல்லதாக நாலு பேன்ட் சட்டை தைத்துக்கொண்ட வகையில் ரூபாய் நாலு லட்சம் செலவு.

நம்ம ஆளுங்க கொடுக்கப் போகும் கணக்குகளுக்கு இதெல்லாம் பயன்பட்டால் சந்தோஷம்தான்.

லண்டன் மாரத்தான்

ஷேக்ஸ்பியர் பிறந்த தினமான ஏப்ரல் இருபத்து மூணு தேதியில், இந்த வருடம் லண்டன் மாரத்தான் சிறப்பாக முடிந்திருக்கிறது. போன வருடம் பெண்கள் ஓட்ட வீராங்கனையாகத் தேர்வான பாவ்லா ராட்க்ளிஃப் இந்த ஆண்டு உடல் நலக் குறைவு காரணமாகப் பங்குபெற முடியாமல் போய்விட்டது. போன வருடம் அவர் ஓடிக்கொண்டே உடை நனைய அற்ப சங்கையைத் தீர்த்துக் கொண்ட புகைப்படத்தை ஒரு பத்திரிகையாளர் ஒளிந்திருந்து எடுத்து சகலமான பத்திரிகைகளிலும் அது பிரசுரமான சங்கடம் இன்னும் பாவ்லா ராட்க்ளிஃபுக்குத் தீரவில்லையோ என்னமோ. *No more making history by making water* என்று நினைத்திருக்கலாம்.

போன ஒலிம்பிக்கில் வெங்கலப் பதக்கம் வாங்கிய அமெரிக்க வீராங்கனை டீனா காஸ்டர் இந்த இருபத்தாறு மைல் ஓட்டப் பந்தயத்தில் முதல் இடம் பிடித்து கிட்டத்தட்ட நாற்பது லட்சம் பரிசுத் தொகையை வென்றிருக்கிறார். கென்யாவைச் சேர்ந்த லிமோ ஆண்கள் சாம்பியனாகத் தேர்வாகியிருக்கிறார்.

இவர்கள் தவிர சின்னத்திரை நட்சத்திரங்கள் வர்த்தக நிறுவனங்களின் ஸ்பான்சர்ஷிப்போடு பப்ளிசிட்டிக்காக ஓடி, அங்கங்கே நடை தளர்ந்து நின்றிருக்கிறார்கள். ஒரு ஓட்டக்கார ஜோடி திருமண உடையில் ஓட்டமாக ஓடி, லண்டன் டவர்

பக்கம் ஓடியபடிக்கே மோதிரம் மாற்றிக் கல்யாணம் முடித்துக் கொண்டது. பாதிரியாரும் கூடவே அங்கி தரையில் புரள ஓடினதாகத் தகவல் இல்லை.

லண்டன் சிறையிலிருந்து நாலு குற்றவாளிகள் லண்டன் மாரத்தானில் கலந்துகொண்டார்கள். இவர்கள் ஓட்டப் பந்தயம் முடிந்து சமர்த்தாக ஜெயிலுக்குத் திரும்ப ஓடி வந்து விட்டதில் உள்துறை அமைச்சருக்கு துக்கினியூண்டு நிம்மதி கிடைத்திருக்கலாம்.

எடின்பரோ – ஊர் சுற்றி வந்தபோது

எடின்பரோ கோட்டைக்குத் தெற்கே நீண்டு வளைந்து உயரும் ராயல் மைல் தெருவில் பழைய பட்டணம் தொடங்குகிறது. பத்தொன்பதாம் நூற்றாண்டில் கறுப்புப் பட்டணமாக விரிந்த சென்னை ஜார்ஜ் டவுன் போல காலம் உறைந்து நிற்கும் சுற்றுப்புறங்கள். மூதாதையரின் மூச்சுக் காற்றின் வாடை இன்னும்கூடத் தீர்க்கமாக புலனை ஊடுருவி, மனதின் திசைகளை உள்வளைத்து ஒரே முகமாகத் திருப்பும் வீதி இது. போதாக்குறைக்குத் தெருவில் ஏதாவது ஓர் ஓரத்தில் ஸ்காட்லாந்து தேசிய உடையணிந்த இசைக் கலைஞர்கள் தேசிய இசைக்கருவியான *Bagpipe* இசைத்தபடி நின்று, கொஞ்ச நஞ்சமிருக்கும் காலப் பிரக்ஞையையும் உதிர்ந்துபோக வைக்கிறார்கள்.

ஆங்கில இலக்கியம் என்றதும் நினைவு வரக்கூடிய வால்டர் ஸ்காட்டின் இல்லம், புதையல் தீவு புதினம் மூலம் குழந்தை இலக்கியத்தில் தடம் பதித்த ஆர்.எல்.ஸ்டீவன்சன் வசித்த இடம் என்று அங்கங்கே கல்லில் பொறித்து வைத்த அறிவிப்புப் பலகைகளை வாசித்தபடி நடந்தால், பதினெட்டாம் நூற்றாண்டு எடின்பரோவின் மிச்சமான ஒரு கட்டடம் முன்னால் முன்னூறு வருடம் முந்தைய நீர்வழங்கு நிலையம். எடின்பரோ நகரத்தில் தண்ணீர்ப் பஞ்சம் வந்த அந்தக் காலத்தில் நடுராத்திரிக்குத்

தண்ணீர் வழங்கத் தொடங்கி பின்னிரவில் இரண்டு மணிக்கு நிறுத்துவார்களாம்.

இருபது வருடம் முன்னால் புழலேரி வறண்டபோது, சென்னை மாநகராட்சி தண்ணீர் வழங்கிய நேரம் இந்த ராத்திரி 12 - 2 மணி. தூக்கமும் கெடாமல் தண்ணீரும் கிடைக்க, சென்னை மேல் நடுத்தர வர்க்க அடுக்குமாடிக் குடியிருப்புவாசிகள் கடைப்பிடித்த அதே வழியைத்தான் முன்னூறு வருடம் முந்திய எடின்பரோ மேட்டுக்குடியும் கடைப்பிடித்திருக்கிறது. நடுராத்திரியில் சர்க்கார் கொடுக்கிற தண்ணீருக்காகக் காத்திருந்து வாங்கி வந்து வீட்டுத் தொட்டியில் நிரப்ப, கூலி கொடுத்து ஆட்களை அமர்த்தியிருக்கிறார்கள்.

இதை எழுதி வைத்த தகவலைச் சுவாரசியமாகப் படித்தபடி மேற்கே நடையை எட்டிப்போட, பிரமாண்டமான ராபர்ட் ஹ்யூம் சிலை. தத்துவ மேதையும் வரலாற்றாசிரியருமான ஹ்யூம் துரை, ரூசோ போன்ற பிரஞ்சுப் புரட்சியாளர்களின் நண்பர். இந்த எடின்பரோ பிரமுகரின் அற்புதமான சிற்பத்துக்கு தற்கால எடின்பரோ இளைய தலைமுறை ஒரு பரிசு வழங்கியிருக்கிறது. பதினைந்து இருபது அடி சிலையின் தோளைப் பிடித்து ஏறி, ராபர்ட் ஹ்யூமின் தலைக்கு மேல் போக்குவரத்தை ஒழுங்கு செய்யத் தெருவோரம் வைக்கப்படும் பல வண்ண பிளாஸ்டிக் டிராபிக் கூம்பைக் கவிழ்த்திருக்கிறார்கள். கழுத்தில் காலி பியர் பாட்டிலைக் கட்டித் தொங்கவிடாததுதான் பாக்கி.

இந்த *vandal* பிசாசுகளின் வம்சம் விருத்தியாகாமல் போகட்டும் என்று சபித்தபடி நடக்க, எடின்பரோவில் உலவும் மற்ற பிசாசுகளைக் காட்டித்தரத் தயாராக நிற்கிற தரகர்கள் துரத்துகிறார்கள். எல்லாமே முன்னூறு, நானூறு வருடத்துக்கு முந்தைய நிஜப் பிசாசாம்.

அழுக்குக் கோட்டும் தாடியுமாக ஒரு கிழவர் கையில் வைத்திருந்த பைலை நீட்டிப் புரட்டிப் பார்க்கச் சொல்கிறார். எந்த எந்தப் பேயை யார் யார் எந்தக் கிழமையில் பார்த்தார்கள் என்ற தகவல் அதெல்லாம். போன மாதம் எட்டாம் தேதி முன்னிரவில் ஒரு இருபது அடி தள்ளி நிலத்தடிப் பேழைப் பக்கமாகத் தட்டுப்பட்ட பேய்தான் லேடஸ்ட் *ghost appearance*. நாலு பவுண்ட் கொடுத்து கிழவரோடு நடந்தால் இப்பவும் கணிசமான பேய், பிசாசு, ரத்தக்

காட்டேறி வகையறாக்கள் கண்ணில் பட வாய்ப்பு இருக்கிறதாம்.

சரி, பெரிசு. ராத்திரி ஏழு ஏழரையைப் போல சாப்பாட்டை முடிச்சுக்கிட்டு வரேன், போகலாம். அட நில்லுப்பா, ஏழு மணி வரைக்கும் என்னாத்துக்குக் காத்துக்கிடக்கணும்னேன். இப்பவே நடையைக் கட்டலாம். கிளம்பு.

சாயந்திரம் நாலு மணிக்கு மேட்னி ஷோ நடத்த எந்தப் பிசாசு வரும்?

இந்தப் பக்கம் நூறு வருஷத்துக்கு முந்தின பியர்க்கடை இருக்கு பார், அங்கே ஒரு பைண்ட் வாங்கி ஊத்திட்டு அடுத்த கடைக்கு பத்து மினிட் நடந்தா அடுத்த பைண்ட், வழியிலே ஹலோ சொல்ல ஒரு பிசாசு. அப்புறம் அடுத்த நூறு வருச மது. பக்கத்துலே அழகான ஆவியா அலையற மாது. கிளம்புப்பா. அமாவாசைக்கு வரேன் பெரிசு என்று பிய்த்துக்கொண்டு கிளம்ப வேண்டிப் போனது.

எடின்பரோ – எழுத்தாளர் மியூசியம்

எழுத்தாளர்கள் அருங்காட்சியகமான ராயல் மைல் ரைட்டர்ஸ் மியூசியத்தில் நுழைய, நாவலாசிரியர் வால்டர் ஸ்காட் எழுத உபயோகித்த மேஜை, நாற்காலி, அலமாரி.

அந்தத் தேக்கு அலமாரிக்குப் பின்னாலும் ஒரு கதை இருக்கிறது. பகலில் உன்னதமான தச்சுக் கலைஞனாகவும், இரவில் கொடூரமான கொள்ளைக்காரனாகவும் இருந்து பிடிபட்டு, நகர மத்தியில் தூக்கிடப்பட்ட ஒரு எடின்பரோக்காரன் உருவாக்கியதாம் அது.

வால்டர் ஸ்காட் பங்குதாரராக இருந்து நடத்திய அச்சகம் திவாலாகி, தன் வழக்கை நடத்திய வழக்கறிஞருக்கு வக்கீல் ஃபீசுக்குப் பதிலாக ஸ்காட் கொடுத்த டைனிங் டேபிள், நாற்காலிகள் ஒரு அறை முழுக்கப் பரத்தி வைக்கப்பட்டிருக்கின்றன. முழு உருவ பிளாஸ்டர் ஓஃப் பரீஸ் சிற்பமாக நாற்காலியில் உட்கார்ந்து இன்னும் சாப்பிட ஆரம்பிக்காத வால்டர் ஸ்காட். அறைக்கு வெளியே கண்ணாடிப் பேழைகளில் ஸ்காட்டின் கையெழுத்துப் பிரதிகள், குடை, உடுப்பு, காலணி, துப்பாக்கி.

அவருடைய அச்சகத்தைக்கூட விட்டுவைக்கவில்லை. அந்தப் பழைய பிரிண்டிங் மிஷினை மாடியில் ஓர் அறையில் அப்படியே அலுங்காமல் நலுங்காமல் எடுத்து வைத்திருக்கிறார்கள்.

கவிஞர் ராபர்ட் ப்ரவுன், நாவலாசிரியை டோரதி பார்க்கர், ஆர்.எல்.ஸ்டீவன்சன் என்று எடின்பரோ படைப்பாளிகள் ஒவ்வொருவர் பற்றியும் வால்டர் ஸ்காட் நினைவகம் போலவே பார்த்துப் பார்த்து நேர்த்தியாக அமைத்து வைத்த காட்சிப் பொருள்கள். எழுதிச் சம்பாதிப்பதில் உலக அளவில் உச்சத்தில் இருக்கும் இன்னொரு எடின்பரோ பெண் எழுத்தாளருக்கும் இன்னும் கொஞ்ச நாளில் இங்கே இடம் ஒதுக்கப்படும். ஹாரி பாட்டரைப் படைத்த ஜே.கே.ரவுலிங்தான் அவர்.

ஆனாலும், பின் நவீனத்துவத்தைத் தன் படைப்புகளால் செழுமைப்படுத்தி, போன மாதம் காலமான முதுபெரும் எடின்பரோ எழுத்துக்காரி மூரியல் ஸ்பார்க் இந்த எழுத்தாளர் மியூசியத்தில் இப்போதைக்கு இடம் பெறுவார் என்று தோன்றவில்லை.

எடின்பரோ – பாலே

*ரா*யல் மைலிலிருந்து, தெற்குப் பாலம் வழியாகத் திரும்பினால், ஐந்தே நிமிடத்தில் எடின்பரோ பல்கலைக்கழகம். எதிரே சேம்பர் வீதியில் சோழர்காலச் சிற்பங்கள் வைத்த ராயல் மியூசியம். அதற்கும் முன்னால் நிக்கல்சன் தெருவில் புராதனமான எடின்பரோ அறுவை சிகிச்சை மருத்துவக் கல்லூரி. இதன் தொடக்க கால மாணவர்கள்- ஆசிரியர்கள் முடிதிருத்தக் கலைஞர்கள். அந்தக் கால வழக்கப்படி இவர்களே சிகையலங்காரத்தோடு அறுவை சிகிச்சையும் நடத்தி வந்தவர்கள்.

கல்லூரிக்கு எதிரே, முகப்பு மட்டும் புதுப்பிக்கப்பட்ட இன்னொரு பழைய கட்டடமான ஃபெஸ்டிவல் தியேட்டர். பண்டிகைக் கொட்டகையில் கூட்டம் அலைமோதுகிறது. நாலு நாள் மட்டும் இங்கே ஆங்கில தேசிய பாலே கழகம் நடன நிகழ்ச்சி நடத்துகிறது. பாலே என்றாலே நினைவுவரும் 'அன்னப் பறவைகளின் ஏரி'.

ரஷ்ய இசை மேதை ஷைகோவ்ஸ்கியின் அற்புதமான இசையமைப்பில் உருவான Swan Lake பார்க்கக் கிடைத்த சந்தர்ப்பத்தின் மகத்துவம் பற்றி மனதிலிருந்து அப்படியே எடுத்து எழுதினாலும் *cliché* கலந்துவிடும் என்பதால் தவிர்க்கவேண்டிப் போகிறது.

பத்தொன்பதாம் நூற்றாண்டின் ஒரு பான் ஐரோப்பியக் கலை நிகழ்வு ஸ்வான் லேக். ஜெர்மனியப் பழங்கதை. நாடக நாட்டிய ஆக்கம் பிரஞ்சு முறையில். மேற்கத்திய மரபிசைப்படி இதற்கு இசை வடிவம் கொடுத்தவர் ரஷ்யரான ஷைகோவ்ஸ்கி. அவர் காலத்துக்குப் பிறகு இதை அமர காவியமாக்கியது சோவியத் யூனியனின் பாட்டாளி வர்க்கக் கலை வெளிப்பாட்டின் உன்னதக் குறியீடான, உழைக்கும் மக்களின் கலைக் கழகம் - போல்ஷாய் தியேட்டர்.

கொடூரமான மந்திரவாதி வான் ரோத்பார்ட். அவன் அன்னமாக உருமாற்றிய பேரழகி ஓடேட். கூடவே மற்ற அன்னப் பறவைகளான அவளுடைய தோழியர். இந்தப் பெண்களின் பெற்றோர் வடித்த கண்ணீர்ப் பெருக்கில் உருவான ஏரியில் சோகத்துடன் நீந்தும் அன்னப் பறவைப் பெண்கள் ராத்திரிக் காலங்களில் மட்டும் மனித உருப்பெறுகிறார்கள்.

அன்னப் பறவை ஏரிப்பக்கம் வந்த அரச குமாரன் சிக்ஃப்ரைட் இரவில் மானுடப் பெண்ணாகும் ஓடேட்டிடம் மனதைப் பறிகொடுக்கிறான். ஓடேட் மேல் உண்மையான காதலை அவன் நிரூபித்தால் அவளுக்கும் தோழியருக்கும் சாப விமோசனம் கிடைக்கும். அது நடக்க விடாமல் மந்திரவாதி தடுக்கிறான். தன் மகள் ஓடைல் என்ற இன்னொரு அழகியை ஓடேட் வடிவத்தில் அரச குமாரனை மயக்க வைக்கிறான். அப்புறம் போதும், இணையத்தில் தேடினால் முழுக் கதையும் கிடைக்கும்.

நாலு விஸ்தாரமான காட்சிகள். குழு நடனமாகவும், தனி நடனமாகவும், ஜோடி நடனமாகவும் முப்பதுக்கு மேற்பட்ட நடனங்கள். கிட்டத்தட்ட ஐம்பது நடனக் கலைஞர்கள். ஓடேட் மற்றும் ஓடைல் பாத்திரங்களில் நடனமாடும் *prima ballerina* ஆன முதன்மை நர்த்தகி. வால்ட்ஸ், மார்ச், போல்கா, பாஸ்த் தெ தெக்ஸ், பாஸ் தெ ஆக்ஷன், பாஸ் தெ கெரக்தர் என்று நாட்டிய வகை, அமைப்புகள்.

இந்த நூற்றியிருபது வருடத்தில் ஸ்வான் லேக் கதையாடலில் துணிச்சலான சோதனைகள் நிகழ்த்தப்பட்டுள்ளன. நாட்டிய அமைப்பிலும், காட்சியாக்கத்திலும் மாறுதல்கள் நிகழ்ந்த வண்ணம் இருக்கின்றன. ஆனால், ஷைகோவ்ஸ்கியின் இசை மட்டும் மாற்றமின்றி இன்னும் புத்தம் புதியதாகத் தொடர்ந்து

வருகிறது. அந்த மேதையின் உழைப்பும் கலை நேர்த்தியும் ஒவ்வொரு இசைத் துணுக்கிலும் தெறித்துக் கிளம்பி மகத்தான ஓர் இசையனுபவத்தைக் கட்டி நிறுத்தும்போது மூன்று மணிநேரம் கடந்துபோனது தெரியாமல் நெக்குருகிப் போகிறோம்.

இசைக்கு அணி சேர்க்கும் விதத்தில் சோகம், மகிழ்ச்சி, பயம், குரூரம், கம்பீரம் என்று எல்லாப் பாவங்களோடும் அழகாகச் சுழன்றும், துவண்டும், கொடியாகத் துளிர்த்தெழுந்தும், அன்னமாக அசைந்து மேடைமுழுக்க நிறைந்து சூழ்ந்தும் நடனக் கலைஞர்கள். அழகான கறுப்பில் ஓர் ஆப்பிரிக்க நடனக்காரரும் அதில் உண்டு.

நாடகத்தின் கடைசிக் காட்சியில் அரச குமாரன் ஏரியில் குதித்து தன் தெய்வீகக் காதலை நிரூபிக்க, மந்திரவாதி மரணத்தைத் தழுவுகிறான். அன்னங்கள் நிரந்தரமாகப் பெண்களாக உருமாற, அரச குமாரனும், காதலி ஓடேட்டும் ஆவியாக சொர்க்கம் புகுகிறார்கள். போல்ஷாய் தியேட்டர் ஸ்வான் லேக் பாலே முடிவிலிருந்து இது வேறுபட்டது.

மாஸ்கோ போனாலும் போல்ஷாய் தியேட்டர் அன்னப் பறவைகளின் ஏரியை இப்போதைக்குக் காணமுடியாது. அங்கே மராமத்து வேலை நடக்கிறதாம். அது முடிந்தபிறகு, சோவியத் யூனியனின் சுவடு தெரியாமல், ரஷ்ய நாடு போல் அந்த அரங்கமும் உருமாறிப் போகலாம். அன்னப் பறவைகளுக்கும், ஷைக்கோவ்ஸ்கிக்கும், மக்கள்-சமூகக் கலை இலக்கிய வெளிப்பாடுகளுக்கும் இனியும் அங்கே இடம் இருக்குமோ தெரியவில்லை.

எடின்பரோ – பேட்டை பத்திரிகை

எடின்பரோ மட்டுமில்லாமல், இங்கிலாந்தில் முக்கிய நகரங்களில் எல்லாம் இலவசமாக விநியோகிக்கப்படும் பத்திரிகை மெட்ரோ. மாம்பலம் டைம்ஸ், மைலாப்பூர் டைம்ஸ் போல. ஆனால் வாரம் ஒரு தடவை இல்லாமல், தினசரி இலவச சேவை.

காலையில் பஸ்ஸில் ஏறினால் ஒரு பெட்டி நிறைய வைத்து எடுத்துக்கொள்ளச் சொல்லி அன்போடு வழங்கப்படும் இந்த மெட்ரோ பேட்டைப் பத்திரிகைதானே என்று அலட்சியம் செய்யாமல், அரசியல், கலை, விளையாட்டுப் பெருந்தலைகள் அவ்வப்போது பேட்டி கொடுப்பதும் உண்டு. மாம்பலம் டைம்சில் மன்மோகன் சிங் பேட்டி வருமோ என்னமோ, இரண்டு வாரம் முன்னால்தான் இவிடத்து மெட்ரோவில் பிரிட்டீஷ் பிரதமர் டோனி ப்ளேய்ரின் பேட்டி வந்தது. நாலு நாள் முன்பு, மரியாதைக் கட்சித் தலைவர் ஜோர்ஜ் கேலவேயின் பேட்டி.

டோனி ப்ளேய்ரைவிட, அவருடைய அடுத்த நிலை அமைச்சர் கார்டன் பிரவுன் சிறப்பானவர் என்று நினைக்கிறீர்களா என்று நிருபர் விசாரித்தபோது கேலவே கொடுத்த பதில் இது.

They both are the cheeks of the same arse.

எலெக்‌ஷன் நேரத்தில் என்னதான் எகிறினாலும் நம் அரசியல்வாதிகள் இப்படியெல்லாம் தெகிரியமாக நாக்கில் பல்லுப்போட்டுப் பேச முடியாதாக்கும்.

எதிர்பார்த்தபடிக்குத்தான் தேர்தல் முடிவுகள். அதாவது, இங்கிலாந்து உள்ளாட்சித் தேர்தல் முடிவுகள்.

பிரதமர் டோனி ப்ளேய்ரின் தொழிற்கட்சி கணிசமாக அடி வாங்கிக் கட்டுப் போட்டுக்கொண்டு அ-இ-சகஜம்ப்பா என்று க.மணி டயலாக்கை டப்பிங்கில் எடுத்துவிட்டபடி நாளை எண்ணிக்கொண்டிருக்கிறது. லண்டன் இந்துக் கோவிலுக்குப் போய் அம்மன் சந்நிதி பூசாரி மந்திரித்துக் கொடுத்த சிவப்பு மஞ்சள் கயிற்றை வலது மணிக்கட்டில் அணிந்தபடிக்கு நாடாளுமன்றத்தில் மைக்கைப் பிடித்துப் பேசிக்கொண்டிருக்கும் ப்ளேய்ர் புகைப்படங்களில் தலை நரைத்துப் போய்த் தளர்ந்து காணப்படுகிறார். வாட்டர்கேட் ஊழல் உச்சத்தில் பத்திரிகையில் வெளிவந்த ரிச்சர்ட் நிக்சனின் அலுத்துப்போன முகம் நினைவில்.

ப்ளேய்ர் அவசர அவசரமாக அமைச்சரவையை மாற்றி அமைத்ததில் உள்கட்சி அதிருப்தி கூடியதுதான் மிச்சம். வெளிநாட்டு கிரிமினல்களுக்கு வெற்றிலை பாக்கு வைத்து பிரிட்டீஷ் சமூகத்தில் இரண்டறக் கலக்க சந்தர்ப்பம் கொடுத்த உள்துறை அமைச்சர் கிளார்க் நீக்கப்பட்டு இருக்கிறார். டோனியை வெளிப்படையாகச் சபித்துக்கொண்டே இறங்கிப்போன இவர் தவிர, டயரிக் காரியதரிசியோடு ஆபீஸ் நேரத்தில் சல்லாபம் செய்த காமாந்தகார உதவிப் பிரதமர் ஜான் பிரஸ்காட் காமன்ஸ் சபைத் தலைவர் பதவிக்குத் தள்ளப்பட்டிருக்கிறார். சம்பந்தப்பட்ட காரியதரிசியம்மா ட்ரேசி டெம்பிள் தன் சொந்த டயரிகளை டெய்லி மெயில் பத்திரிகைக்கு ரெண்டரை லட்சம் பவுண்டுக்கு விற்றுக் காசு பார்த்து விட்டார். நீள அகலம் கூடிய பிரஸ்காட்டின் சொந்த *sausage* பற்றி, ஒரே ராத்திரியில் நாலு தடவை பற்றி எல்லாம் இவர் தன் டயரியில் எழுதியதை எடிட் செய்துவிட்டுப் பத்திரிகையில் பிரசுரித்ததைப் படிக்க யாரும் தயாராக இல்லை. அப்படியே அச்சுப்போட்டாலும், யாருக்கு வேணும் இதெல்லாம்?

உள்ளாட்சித் தேர்தலில், கன்சர்வேட்டிவ் கட்சி கொஞ்சம் போல் பலத்தைக் கூட்டிக்கொண்டிருக்கிறது. கவலை தரும் ஒரே செய்தி, பிரிட்டீஷ் தேசியக் கட்சியான பி.என்.பி லண்டனில் பார்க்கிங் பகுதி மற்றும் யார்க்ஷயரில் கணிசமாக வெற்றி பெற்றிருப்பதுதான்.

இங்கிலாந்து வெள்ளையருக்கே என்று மண்ணின் மைந்தர்களுக்காக முழக்கமிடும் பி.என்.பி இன்னும் வளர்ந்தால், 'இந்தியனே

வெளியேறு, பாகிஸ்தானியே வெளியேறு, கூடவே பங்களாதேஷ், கென்யா, மொசாம்பிக், ஜிம்பாவேக்காரனே எல்லாரும் ஒட்டுமொத்தமாக வெளியேறுங்கள்' என்று இவர்கள் சிவசேனா ஸ்டைலில் உக்ரமாக ஆரம்பித்துவிடலாம்.

ஏற்கெனவே வெளிநாட்டு (அதாவது இந்தியத் துணைக்கண்ட) மருத்துவர்கள் வருகைக்குக் கணிசமான தடை வந்துவிட்டது. தகுதி குறைந்தாலும், பிரிட்டீஷ் மருத்துவர்களைத்தான் காலியாகிற வேலைகளுக்கு எடுக்க வேண்டும் என்று சட்டத்தைத் திருத்தி எம்.ஆர்.சி.எஸ்., எஃப்.ஆர்.சி.எஸ் படிக்கக் கிளம்பி வந்து பார்ட்-டைம் உத்தியோகத்தில் இருக்கும் இந்திய டாக்டர்களை ஊரைப் பார்க்க அனுப்பிக் கொண்டிருக்கிறது ப்ளேய்ரின் அரசாங்கம்.

முன்னூறு வருடமாக நம்மைச் சுரண்டியவர்களால், சுரண்டப்பட்டவர்கள் ஓர் ஐம்பது வருடம் நியாயம் கேட்பதைப் பொறுத்துக்கொள்ள முடியவில்லை.

எடின்பரோ – கவிஞர் சந்திப்பு

இங்கேயும் கவிஞர் சந்திப்பு உண்டு. நம்ம பக்கம் போல் போஸ்ட் கார்டில் 'வரும் ஞாயிற்றுக்கிழமை கண்டாங்கிப்பட்டியில் கவிஞர் கூடல் நடக்கிறது. தவறாமல் வந்து சேரவும்' என்று அழைப்பு அனுப்பி, கிடைத்த பெண் கவிஞர்களை அரண்டு மிரண்டு அந்தாண்டை ஓடிப்போக வைக்கிற சமாச்சாரம் இல்லை இது.

மூன்று மாதம் முன்னால் முறையாக அறிவிக்கப்பட்டு, ராயல் ஸ்காட்டிஷ் அகாதமியில் கவிஞர் சந்திப்பு. கவிதை வாசிப்பு.

எங்கேயும் இந்த மாதிரி விஷயங்களுக்கு ஆஜராகிற முப்பது சில்லரை பேர்தான் இங்கேயும். அடுத்த தடவை சப்ஜாடாக முப்பது ஜோல்னாப்பை சென்னை காதி கிராமயோக் பவனில் வாங்கி வந்து இவர்கள் எல்லோருக்கும் அன்பளித்து ஒரு *high-brow* இலக்கிய ரசனை அட்மாஸ்பியரை உருவாக்க மனதில் முடிச்சு போட்டுக்கொண்டானது.

ஸ்காட்லாந்துக்காரரும், சமகால பிரிட்டீஷ் கவிஞர் நாவலாசிரியர்களில் முக்கியமானவரானருமான *John Burnside* கலந்துகொண்டு கவிதை வாசித்தார். அண்மையில் வெளியாகிப் பரவலாகப் பேசப்படும் அவருடைய சுயசரிதப் படைப்பான '*Lying about my father*' பற்றிப் பேசுவார் என்று எதிர்பார்த்தது நடக்கவில்லை. ஸ்காட்லாந்தின் தனி மனித சமூக வாழ்க்கையில்

ஊடும் பாவுமாகப் பின்னிப் பிணைந்த குடிப்பழக்கத்தைப் பற்றி, அதனால் கடுமையாகப் பாதிக்கப்பட்டுக் குடும்ப உறவுகளைப் புறக்கணித்த தன் அப்பா பற்றி, அவரைத் தீர்த்துக்கட்டத் தெருமுனையில் கத்தியோடு ஒளிந்திருந்த தன் பன்னிரண்டு வயதுக் கொலைவெறி பற்றி எல்லாம் சிறப்பாக ஜான் பர்ன்சைட் எழுதியிருப்பதாக விமர்சகர்கள் ஒருமுகமாகப் பாராட்டுகிற புத்தகம் இது.

ஜான் கவிதை வாசிப்புக்கு முன்னுரையாக தாட்டியான ஒரு அம்மையார் மெய்சிலிர்த்த நிலையில் பேசினார் - 'இந்த நாள் நமக்கெல்லாம் மறக்க முடியாத தினம்; இன்றைக்கு உலகில் சுவாசித்துக் கொண்டிருக்கும் கவிஞர்களிலேயே தலைசிறந்த ஜான் இங்கே நம்மோடு இருக்கிறார். அவருடைய புகழ் பெற்ற கவிதைகளை அவருடைய சொந்தக் குரலில் வாசிக்கிறார். கனவா நினைவா இது?' என்று *plattitude*-களைத் தொடர்ந்து தட்டி விட்டபடி இருக்க, ஜான் கொஞ்சம் கூச்சத்தோடு கவிதை வாசித்தார். அவர் முடித்த பின்னும் இந்தக் காக்கைத் தம்புராட்டி அவருக்கு ஆயிரத்தெட்டுப் போற்றி சொல்லி அர்ச்சனை செய்யத் தவறவில்லை. எல்லா ஊரிலும் கவிஞர்களுக்குச் சாபம் காக்கைகள்தான்.

ஜான் பர்ன்சைடைத் தொடர்ந்து ஸ்காட்லாந்தைச் சேர்ந்த இன்னொரு ஆங்கிலக் கவிஞர் *Brian Johnstone* கவிதை வாசிக்க எழுந்தபோது முப்பது பேரில் பத்து பேர் பிரின்சஸ் தெருப்பக்கம் நடையைக் கட்டினார்கள்.

பர்ன்சைடை விடக் கம்பீரமான குரல் ப்ரையனுக்கு. வயதும் அதிகம். கோட்டும் சூட்டும் ஆறடி உயரமுமாக ஒரு கனவான் தோரணை. அவர் வாசித்த கவிதையில் அந்தத் தோரணை ஏதும் இல்லாமல் சட்டென்று மனதில் பதிந்தது.

> இது போன்ற சமயங்களில்
> கண்ணாடிக்குள் இருந்து
> என் அப்பா உற்றுப் பார்க்கிறார்.
> இறந்துபோய் இருபது வருடம் ஆனாலும்,
> கண்ணாடிக்குள் தட்டுப்படும்
> என் இன்னொரு முகமாக வளர்ந்தபடி.
> என் முகத்தில் வளர்ந்த

அவர் தாடி ரோமத்தை மழிக்கிறேன்.
அவர் நடையை நடக்கிறேன்.
அவருடைய வேகத்தில் ஓடுகிறேன்.
அவருடைய நிர்வாணம்
பருத்துக்கொண்டிருக்கும் என் உடம்பை உலுக்குகிறது.
மற்றவர்களும்கூட அவரை என்னில் பார்க்கிறார்கள்
புகைப்படங்களில், தெறித்து நகரும் பார்வையில்,
உள்கண் மெல்லத் திரும்பும்போது
என் கூடவரும் பயணியாக.
அவருடைய எதிரொலிகள்
உண்மையானவை என்ற மரியாதையோடு
அந்தக் கையைப் பற்றுகிறேன்.
நான் புரிந்துகொள்ளாமல்
சண்டை போட்ட அவருடைய ஆவியை
என்னுள் வாங்கிக்கொள்கிறேன்.

ப்ரையன் ஜான்ஸ்டோனிடம் பேசிக்கொண்டிருக்கச் சந்தர்ப்பம் கிடைத்தது. தென்னிந்திய எழுத்தாளன் என்றதும் தமிழ்தானே, கிரேக்க மொழியை விடப் பழையது இல்லையா, அதில் எழுத நீங்கள் அதிர்ஷ்டம் செய்தவர் என்றார். எழுத்து, தொழில் பற்றி ஆர்வமாக விசாரித்தார். மறு விசாரிப்பில் அவர் ஆரம்பப் பள்ளி ஆசிரியராக இருந்து ஓய்வு பெற்றவர் என்று தெரிந்தது.

The Lizard Silence என்ற தன் கவிதைத் தொகுதியைக் கையெழுத்துப்போட்டுக் கொடுத்துவிட்டு ஐன்ஸ்டின் போல் தலைமுடியும், நரைத்த கட்டை மீசையுமாக டயோடா காரில் கிளம்பிய ப்ரையன், மனதில் படிந்திருந்த ரிடையர்ட் எலிமெண்டரி ஸ்கூல் வாத்தியார் பிம்பத்தை அதிரடியாகத் திருப்பிப் போட்டுவிட்டார்.

பி.பி.சிக்கு வேண்டாத விருந்தாளி

“ஐ-பாட் உருவாக்கி மில்லியன் டாலர் கணக்கில் பணத்தை அள்ளும் ஆப்பிள் கம்ப்யூட்டர் கம்பெனிக்கும், அந்தக் கால இசைக்குழுவான பீட்டில்ஸ்களுக்கும் டிரேட்மார்க் சம்பந்தமாக நடந்த வழக்கில் அமெரிக்க உயர்நீதிமன்றம் கம்ப்யூட்டர் கம்பெனி சார்பில் தீர்ப்பு வழங்கியிருக்கிறது. இது பற்றி என்ன நினைக்கிறீர்கள் கம்ப்யூட்டர்துறை வல்லுனர் திரு கய் கீவ்னி அவர்களே?”

உலகம் முழுவதும் கோடிக்கணக்கான பேர் பார்க்கும் பி.பி.சியின் நியூஸ்-24 நிகழ்ச்சியில் போன வாரம் ஒரு பேட்டி.

“அது என்ன கேசோ என்ன எளவோ தெரியாதுப்பா. உள்ளே வாய்யான்னு இங்கே கூட்டி வந்தாங்க. வந்தேன். அம்புட்டுத்தான்”.

கம்ப்யூட்டர் நிபுணர் படு காஷுவலாகச் சொல்கிறார்.

நேர்முகப் பேட்டி காண்கிற அறிவிப்பாளர் ஒரு வினாடி திடுக்கிட்டு சுற்றுமுற்றும் பார்க்க, பேட்டிக்காக வந்து சேர்ந்து பி.பி.சி அலுவலக வரவேற்பறையில் உட்கார்ந்து டெலிவிஷனில் இதைப் பார்த்த அசல் கம்ப்யூட்டர் நிபுணர் கய் கீவ்னியும் திகைத்துப் போகிறார். ‘குத்துக் கல்லாட்டம் இங்கே நான் உக்காந்திருக்கேன் இது பற்றி விலாவாரியாப் பேச. அங்கே என் பெயர்லே யாருய்யா பேட்டி கொடுக்கறது?’

விஷயம் இதுதான். பேட்டிக்காக இந்தக் கம்ப்யூட்டர்காரர் டாக்சி பிடித்து தொலைக்காட்சி நிலையத்துக்கு வந்து சேர்ந்து ஒரு பக்கம் காத்துக் கொண்டிருக்கிறார். அவரைக் கொண்டுவந்து விட்டுவிட்டுத் திரும்பிப் போய்க்கொண்டிருந்த டாக்சி டிரைவர் பெயரும் கய் தான்.

இங்கே யாருப்பா கய் என்று ஸ்டூடியோவிலிருந்து வெள்ளையும் சள்ளையுமாக ஒருத்தர் வந்து விசாரிக்க நான்தானுங்க என்று டிரைவர் அடுத்த சவாரிக்கு ஆயத்தமாக முன்னால் வந்து நிற்க, அவரை உள்ளே தள்ளிக்கொண்டு போய் காமராவைப் பார்க்கவைத்து விட்டார்கள்.

அடுத்த மாதம் மன்மோகன்சிங் வரப்போவதாகச் சொன்னார்கள். பி.பி.சியில் செளத்ஹால் பகுதி கறிகாய் மொத்த வியாபாரம் செய்யும் குர்னாம் சிங்கைக் கூப்பிட்டு காஷ்மீர் பிரச்னை பற்றிக் கேட்காமல் இருந்தால் சரிதான்.

இங்கிலீஷ் லாட்டரி

'விழுந்தால் வீட்டுக்கு. விழாவிட்டால் நாட்டுக்கு'. இது பல வருடம் முன்னால் தமிழக அரசு லாட்டரியை அறிமுகப்படுத்தியபோது செய்த விளம்பரம். எப்படியோ இதைத் தேடிப்பிடித்து அறிந்துகொண்டு அட்சர சுத்தமாகக் கடைப்பிடிக்கும் இங்கிலாந்து அரசு, வெற்றிகரமாக லாட்டரிச் சீட்டு விற்றுக் குலுக்கல் நடத்துகிறது. லாட்டரி விழுகிற அதிர்ஷ்டசாலிகளுக்கு வருமானவரியாகச் சல்லிக்காசுகூடப் பிடித்துக்கொள்ளாமல் அறிவித்த முழுத்தொகையையும் பம்பர் பரிசாகக் கொடுக்கிறது, மிச்சப் பணத்தை வைத்து நாட்டில் கலையையும் வளர்த்துக்கொண்டிருக்கிறது.

எடின்பரோ நேஷனல் ஆர்ட் காலரி, லண்டன் டேட் மியூசியம், லிவர்பூல் மியூசியம் என்று இங்கிலாந்து முழுக்க ஓவியக் கூடங்களில் காட்சிக்கு வைக்கப்படுகிற பிரபலமான ஓவியங்களும் சிற்பங்களும் பெரும்பாலும், லாட்டரி வருமானத்தில் வாங்கப்பட்டவைதான். எடின்பரோ ராயல் ஸ்காட்டிஷ் அகாடமியில் அவ்வப்போது நடக்கும் கண்காட்சிகள், கலைச் சொற்பொழிவுகள், ஓர் ஓவியக் கூடத்திலிருந்து இன்னொன்றுக்குப் போக இலவச பஸ் சேவை எல்லாம் லாட்டரிக் காசுதான். பரிசுச் சீட்டு வசூலை வைத்துத்தான் அரசு ஆதரவில் கவிஞர்கள் பேரவை வருடாவருடம் எடின்பரோ கவிதைத் திருவிழாவும், கோடைகாலக் கலைவிழாவும்

நடைபெறுகின்றன. இங்கிலாந்து படைப்பாளிகள் எலிசபெத் மகாராணிக்கும் டோனி ப்ளேய்ருக்கும் ஒப்புக்காக ஒரு தாங்க் யூ கூடச் சொல்லாவிட்டாலும், லோட்டோ லாட்டரிச் சீட்டுக்கு தலா ஒரு படைப்பையாவது சமர்ப்பணம் செய்யலாம்.

இந்தச் சிந்தனையோடு எடின்பரோ பெல்ஃபோர்ட் வீதியில் ஸ்காட்டிஷ் நேஷனல் காலரி ஓஃப் மாடர்ன் ஆர்ட்ஸ் கட்டடத்துக்குள் ஞாயிற்றுக்கிழமை மதியம் நுழைந்தானது. நுழையவே வேண்டாம். சும்மா வெளியில் நின்று நாள் முழுக்கப் பார்த்துக்கொண்டே நிற்கலாம். அப்படி ஒரு பசுமை கொழிக்கும் பரந்து விரிந்த பிரம்மாண்டமான புல்தரையை இந்த ஓவியக் கூடத்துக்கு முன்னால் இயற்கை ஏற்படுத்தி வைத்திருக்கிறது. எடின்பரோவிலோ லண்டனிலோ இருக்கப்பட்ட எந்தக் கட்டடத்தின் முன்வசத்துப் புல்லாந்தரையும் இந்த *lawn*க்கு உறைபோடக் காணாது.

இந்தக் கட்டடமும், இதன் எதிரிலேயே இருக்கும் இன்னொரு பெரிய ஓவியக் கூடமான டீன் காலரியும் இந்த ஒன்பது மாதத்தில் எத்தனையோ முறை படியேறி வலம் வந்தவைதான். குடியிருக்கும் தோப்புத்தெருவிலிருந்து ஒரு பத்து நிமிட நடை என்பதால் நினைத்த மாத்திரத்தில் இங்கே போய்ச் சேர வசதி செய்த ஆண்டவனுக்கு ஒரு கூடுதல் ஸ்தோத்ரம்.

இரண்டு ஓவியக் கூடங்களிலும் ஒவ்வொரு தடவை வலம் வரும்போதும் *Dada, surrealism, cubism, impressionism, expressionism, futurism, art nouve, post modernism* என்று நவீன ஓவியத்தின் ஒவ்வொரு பக்கத்தையும் இன்னும் கொஞ்சம் ஆழமாக உணர்ந்து அனுபவிக்க வாய்ப்புக் கிடைக்கிறது. பிகாஸோவின் தொடக்க கால க்யூபிச ஓவியங்களையும், சால்வடார் டாலியின் ஹோலோகாஸ்ட் போன்ற சர்ரியலிச ஓவியங்களையும், இன்னும் மாட்டிஸே, லேகர், பிரேக், போனர்த், டெரய்ன், எடுவர்டோ பாவ்லோசி என்று நவீன ஓவியத்தின் முகமுத்திரைகளான கலைஞர்களின் படைப்புகளையும் இந்த இரண்டு ஓவியக் கூடங்களிலும் எவ்வளவு நேரம், எத்தனை தடவை பார்த்தாலும் அலுக்காது. கிட்டத்தட்ட ஐயாயிரம் படைப்புகள் காட்சிக்கு வைக்கப்பட்டிருக்கின்றன. லாட்டரிச் சீட்டு விற்ற பணம் இப்படி உபயோகமாகும் என்று தெரிந்தால், தமிழ்நாட்டில் தினசரி குலுக்கலுக்கு ஆதரவுப்

பிரச்சாரம் செய்ய இதோ இப்போதே புறப்படத் தயார்.

பரிசுச் சீட்டு விற்பனை தவிர இன்னொரு சுவாரசியமான முறையிலும் ஓவியக் கூடங்களுக்குக் கலைநயம் மிகுந்த படைப்புகள் வந்து சேர்கின்றன. பெரிய பிரபுத்துவக் குடும்பங்கள் வாரிசு வரி, வருமான வரி முழுமையாகக் கட்ட முடியாமல் போனால், குடும்பச் சொத்தாகச் சேர்த்து வைத்த சிறப்பான ஓவியங்களை நிபுணர்களைக் கொண்டு மதிப்பிட்டு, வரிப் பணத்துக்கு ஈடாக அரசாங்கத்துக்குக் கொடுத்துவிடுகிறார்கள். அதெல்லாம் ஓவியக் கூடங்களுக்குள் பத்திரமாக இடம் பிடித்து மக்கள் சொத்தாக மாறுகிறது. தொழிற்கட்சி, கன்சர்வேட்டிவ் கட்சி, லிபரல் டெமாக்ரேட் கட்சி என்று யார் ஆட்சியைப் பிடித்தாலும் இங்கிலாந்தில் இதெல்லாம் தங்குதடையில்லாமல் தொடரும்.

இந்தியாவில்? தில்லி லலித்கலா அகாதமியில் ஓவியம் வாங்க அரசு ஒதுக்கிய பணம் செலவானதை, தண்டச் செலவு என்று குற்றம் சொல்லி, அங்கே இருந்த கலைப் பொருட்களையும் விற்றுக் கடாசிவிடத் துடித்த முன்னாள் மத்திய அமைச்சர் மேனகா காந்தி நினைவுக்கு வருகிறார். நமக்குக் கொடுத்துவைத்தது இந்த மாதிரித் தலைவர்களைத்தான்.

எடின்பரோ – மாடர்ன் ஆர்ட் காலரி

இங்கிலாந்து அரசின் கலை ஆதரவு கொஞ்சம் அதிகமாகவே தாராள மயமாகியிருப்பதை மாடர்ன் ஆர்ட் காலரியின் *pop art* பகுதியில் உணர முடிந்தது.

நாலடிக்கு மூன்றடி பரப்பில் முதல் ஓவியம். ஓவியம் என்பதைவிட ஒரு நீள்சதுரம், உள்ளே வட்டத்துக்குள் சில எழுத்துக்கள், அப்புறம் வரிசையாக மற்றவை. கீழே இன்னொரு செவ்வகம்.

முதல் வட்டத்துக்குள் பெரிய எழுத்தில் 'கோழி முட்டை'.

அடுத்த வரிகளில்

    பாரசெட்டமால் 200 மில்லிகிராம்
    க்வாய்பெனிசின் 100 மில்லிகிராம்
    பினைல்ஃபின் ஹைட்ரோக்ளோரைட் 5 மில்லிகிராம்
    குழந்தைகள் கையில் கிடைக்காதபடி பாதுகாப்பாக வைக்கவும்.
    இருபத்தைந்து டிகிரி செல்சியஸ் தட்பவெப்ப நிலையில் சேமிக்கவும்.
    ஒரு வேளைக்கு ஒன்று அல்லது இரண்டு சாப்பிடவும்.
    பிரச்னை இருந்தால் மருத்துவரை அணுகவும்.

மருந்து பாட்டில் மேல் ஒட்டிய காகிதம், மாத்திரை உறை இப்படி ஒரு ஐம்பது லேபல்களை *enlarge* செய்து ஓவியம் என்று மாட்டிய

கண்காட்சி. எல்லா ஓவியத்திலும் மருந்தின் பெயர் இருக்க வேண்டிய இடத்தில் தினசரி வாழ்க்கையில் உபயோகமாகிற ஒரு பொருளின் பெயர். தயாரித்த மருந்துக் கம்பெனியின் பெயரும் முத்திரையும் இருக்க வேண்டிய இடத்தில் ஓவியரின் பெயர். பிரபல பிரிட்டிஷ் புதிய அலை ஓவியரும் சிற்பியுமான டாமியன் ஹிர்ஸ்ட் தான் அவர்.

இந்தக் கண்காட்சிக்கான அறிமுகக் குறிப்பில் இருந்து புரிந்துகொண்டது பொழுதுவிடிந்து பொழுது போனால் உபயோகப்படுத்தும் ஒரு பொருளை, அதேபோல் பயன்படுத்தப்படும் ஆனால் முழுவதும் யாரும் பார்க்க நேரம் இருக்காத இன்னொரு பொருளோடு இணைத்து, வாழ்க்கை அனுபவத்தின் ஆழங்களை அலச முற்படுகிறார் ஓவியர்.

லண்டன் டேட் காலரியில் பாப் ஆர்ட்டாக வைத்திருப்பதில் ஒரு பகுதி அழுக்கான அசல் கழிப்பறைப் பீங்கான், உபயோகித்த சுவட்டோடு சிறுநீர் கழிக்கும் கோப்பை, தகர டப்பாவில் கொஞ்சம் நரகல், அப்புறம் வாடை எல்லாம் கழிந்து போக எதிரே ஒரு பெரிய மின்விசிறியின் ஓவியம்.

இப்படியெல்லாம் இல்லாமல், சாதுவாக மருந்துச் சீட்டை ப்ரேம் போட்டு மாட்டி வைத்த பாப்-ஆர்ட் ஓவியர் டேமியன் ஹிர்ஸ்ட் வாழ்த்தப்பட வேண்டியவர்.

எடின்பரோ கால்பந்து ரசிகர்கள்

முதல் ஆட்டத்தில் 1 - 0 *goal* கணக்கில் வெற்றிபெற்று ஒரு வழியாக இங்கிலாந்து உலகக் கோப்பை கால்பந்தாட்டத்துக்குள் நுழைந்திருக்கிறது. ஆட்டம் ஆரம்பித்து ஐம்பத்தைந்தாம் நிமிடம் விழுந்த கோல் எதிர்பார்த்தபடி டேவிட் பெக்கமோ, இந்த ஆண்டின் புதிய கண்டுபிடிப்பான ஆறு அடி ஏழு அங்குல உயர ஆட்டக்காரர் பீட்டர் கிரவுச்சோ போடாதது. மான்சஸ்டர் யுனைடட் குழுவின் நட்சத்திர ஆட்டக்காரரான வெயின் ரூனிக்குக் காலில் அடிபட்டதைப் பற்றிக் கவலைப்படாமல், அவரை ஐபர்தஸ்தாக ஆட்டக் களத்தில் இறக்கிய இங்கிலாந்து கோச் ஸ்வென் எரிக்ஸன் எதிர்பார்த்தபடி ரூனியும் போடாதது. ஜெர்மனி ப்ராங்பர்ட் பந்துகளி மைதானத்தில் ஐம்பதாயிரம் ரசிகர்களும், டெலிவிஷன், ப்ராட்பேண்ட் இன்டர்நெட் மூலம் உலகம் முழுக்க எத்தனையோ கோடி ரசிகப் பெருமக்களும் கண்டு களித்தபடி இருக்க, இந்த எக்ஸ்ட்ரா ஸ்பெஷல் வெற்றி கோலைப் போட்டது இங்கிலாந்தை எதிர்த்து விளையாடிய பராகுவே நாட்டுக்காரரான கார்லோஸ் காம்மரா.

பெக்கம் முப்பத்தைந்து கஜ தூரத்திலிருந்து உதைத்து விட்ட ஃப்ரீ கிக்கைத் தலையால் முட்டி காம்மரா அனுப்பியது சொந்த அணியான பராகுவேயின் கோல்போஸ்டுக்கு. அத்ரயே உள்ளே.

அப்புறம் மருந்துக்குக் கூட யாரும் கோல் போடாததால், இங்கிலாந்து மகத்தான வெற்றி.

எடின்பரோவிலும் ஸ்காட்லாந்தின் மற்றப் பகுதிகளிலும் பெருத்த ஏமாற்றம் நிலவுகிறது. இங்கே இருக்கப்பட்ட எல்லா வயதுக்கார கால்பந்தாட்ட ரசிகர், அ-ரசிகர்களும் ஒரு பத்து பதினைந்து நாளாக பராகுவே நாட்டுக் கொடிகளை வாங்கி ஸ்டாக் செய்து வைத்திருந்தார்கள். பராகுவே ஜெயித்து அந்த வெற்றியை விடிய விடியக் கொண்டாடப் போட்ட திட்டமெல்லாம் தவிடுபொடியாக, இங்கிலாந்துக்கு வெற்றி.

எடின்பரோ மற்றும் இதர ஸ்காட்லாந்து பிரதேசங்கள் இங்கிலாந்தின் பகுதியில்லையா என்று யாராவது கேட்டால் ஆமா-இல்லை. ஸ்காட்லாந்து இன்னும் இங்கிலாந்தில் தான் இருக்கிறது. ஸ்காட்லாந்துக்காரர்களின் முன்னூறு வருட இங்கிலாந்து வெறுப்பும் அதேபோல் இன்னும் தணியாமல் சதா அடக்கி வாசிக்கப்பட்டபடிதான் இருக்கிறது. உலகக் கோப்பை கால்பந்தாட்டம் போன்ற முக்கியமான தருணங்களில் ‘எழவெடுத்த இங்கிலாந்து தோற்கட்டும்’ என்று ஒட்டுமொத்தமாக ஸ்காட்லாந்தின் குரல் ஓங்கி ஒலிப்பது லண்டன் வரை கேட்கும்.

இவ்வளவுக்கும் ஸ்காட்லாந்துக்குக் கிட்டத்தட்ட இன்னொரு நாடு போல் அந்தஸ்தைத்தான் இங்கிலாந்து அளித்துக் கவுரவித்திருக்கிறது. மாநிலத் தலைநகர் எடின்பரோவில் கூடுவது சட்டப் பேரவை இல்லை. ஸ்காட்லாந்து நாடாளுமன்றம். இது தவிர ஸ்காட்லாந்துக்குத் தனியாக கரன்சி நோட்டு அடித்துக் கொள்ள உரிமை உண்டு. எலிசபெத் மகாராணிக்குப் பதிலாக வால்டர் ஸ்காட் படம் போட்ட ஐந்து, பத்து, இருபது பவுண்ட் கரன்சி நோட்டுகள் இங்கே பரவலாகப் புழங்குகிறவை. இங்கிலாந்திலும் இவை செல்லுபடியாகும். லண்டன் டாக்சி டிரைவர்களிடம் ஸ்காட்லாந்து பணத்தை நீட்டினால் ஒரு வினாடி சங்கடம் முகத்தில் தெரிய, கடனே என்று வாங்கிச் சட்டைப் பாக்கெட்டில் வைத்துக் கொண்டு டிப்ஸ் கூட எதிர்பார்க்காமல் வண்டியைக் கிளப்பி விடுவார்கள். அவ்வளவு அன்னியோன்னியம் நாட்டின் இரண்டு பகுதிகளுக்கும்.

ஸ்காட்லாந்துக்குக் கரன்சி அச்சடிக்கும் உரிமை மட்டுமல்ல, உலகக் கோப்பை கால்பந்தாட்டத்துக்கு ஸ்காட்லாந்து

அணியை அனுப்பி வைக்கவும் சகல உரிமையும் உண்டு. 1978 உலகக் கோப்பை சமயத்தில் இங்கிலாந்து அணி நுழைவுக்குத் தகுதியில்லாமல் போக, ஸ்காட்லாந்து அணி தேர்வு பெற்று ஆட்ட பாட்டத்தோடு கிளம்பிப்போனதாக உள்ளூர்ப் பெரிசுகள் நினைவு கூர்கிறார்கள். கோப்பையை வென்று வரப்போகிறார்கள் என்று ஏகப்பட்ட நம்பிக்கையோடு ஸ்காட்லாந்தில் விசேஷ தபால்தலை எல்லாம் அச்சடித்து (இதுக்கும் உரிமை உண்டு) தயாராக வைத்திருக்க, போன அணி முதல் ஆட்டத்திலேயே மண்ணைக் கவ்வி ஓசைப்படாமல் திரும்ப வந்து சேர்ந்தது இன்னொரு தனிக்கதையாக்கும்.

ஆக, இந்த உலகக் கோப்பை முதல் ஆட்டத்தில் இங்கிலாந்து ஜெயித்தால் என்ன? எடின்பரோவில் அச்சாகும் உள்ளூர்ப் பத்திரிகைகள் பரபரப்பாக டிரினிடாட் டுபாக்கோ நாட்டு கால்பந்தாட்ட வீரர்களைப் பற்றிய நுணுக்கமான தகவல்களையும் படங்களையும் வாங்கிப் போட்டு அடுத்த பரபரப்பை ஆரம்பித்து விட்டார்கள். வரும் வியாழக்கிழமை ஜெர்மனி ந்யூரம்பர்க் நகரில், இங்கிலாந்து அடுத்த மேட்ச் விளையாடப் போவது டிரினிடாட் - டுபாக்கோ அணியை எதிர்த்து. கமான் இங்லா... சாரி, கமான் ட்ரினிடாட் டுபாகோ. நோ ஓன் கோல்ஸ் ப்ளீஸ்.

எடின்பரோ – அள்ளிக்கொள்ள புத்தகங்கள்

வியாபாரம் நஷ்டத்தில் முடிந்தோ அல்லது வேறு காரணத்துக்காகவோ இழுத்து மூடப்படும் கடைகளைக் கட்டுக்கடை என்று சொல்கிற பழைய வழக்கம் நினைவுக்கு வருகிறது. புதுசாக வாங்கி வந்த துணி சாயம் போனால், கட்டுக்கடைத் துணியைத் தலையிலே கட்டிட்டான் என்று பெரியவர்கள் சொல்லிக் கேட்டு கட்டுக்கடை பற்றி மனதில் இருந்த இளக்காரமான நினைப்பு, புத்தக விஷயத்தில் தலைகீழாக மாறி விட்டது.

எடின்பரோவில் ஷட்டரை இறக்கிய ஒரு புத்தகக் கடையில் வெறும் மூணு பவுண்டுக்குக் கிடைத்த பொக்கிஷங்கள் சாம்யுவெல் பெக்கெட்டின் 'காடோவுக்காகக் காத்திருத்தல்' (Waiting for Godot), ஹெரால்ட் பிண்டரின் 'பிறந்த நாள் விருந்து' (The Birthday Party), நவீன ஐரீஷ் கவிதைத் தொகுப்பு, எடின்பரோ பவுண்டன்பிரிட்ஜ் பகுதியின் மைக்ரோ-ஹிஸ்டரி வரலாறு.

'காடோவுக்காகக் காத்திருத்தல்' cult status எட்டிய நாடகத்தின் பிரதி. இரண்டே இரண்டு காட்சிகள். மொத்தமே ஐந்து கதாபாத்திரங்கள். அதில் ரெண்டு பேர் திருவாளர் காடோ என்றவரின் வருகைக்காகக் காத்திருக்கும் கிட்டத்தட்ட பஞ்சைப் பராரிகளான நபர்கள். அப்புறம் வேலைக்காரனைச் சந்தையில் விற்கக் கயிறு கட்டி அழைத்துப் போகும் ஒருத்தன், சதா

பெட்டியைச் சுமந்தபடி நிற்கும் அந்த வேலைக்காரன். தவிர 'காடோ ஐயா நாளைக்கு வர்றதாச் சொல்லச் சொன்னார்' என்று அறிவித்துப் போகிற பையன். அவ்வளவுதான்.

காடோவுக்காகக் காத்திருப்பவர்கள் யார்? காத்திருக்கக் காரணம் என்ன? காடோ நாளைக்கு வருவார் என்று சொல்லிப் போகிற பையன் அவருடைய செம்மறியாடுகளை மேய்க்கிறவன். அவனுடைய சகோதரன் காடோவின் வெள்ளாடுகளை மேய்க்கிறவன். இவர்கள் 'நல்ல மேய்ப்பர்களின்' உருவகமா? காடோ யார், கடவுளா? காடோவுக்காகக் காத்திருத்தல் எக்சிஸ்டென்சியலிசப் படைப்பா? இதையெல்லாம் பற்றி ஐம்பத்து மூன்று வருடமாக நடக்கும் தர்க்கம் இன்னும் ஓய்ந்தபடியாக இல்லை.

ஒருத்தரின் ஷூவைக் கழற்ற இன்னொருவர் உதவி செய்து குப்புற விழுவது, தற்கொலை செய்து கொள்ளக் கயிறு கிடைக்காமல் பைஜாமா நாடாவை உருவ, உடுப்பு அவிழ்ந்து விழுவது என்று பொதுவாக ஸ்லாப்ஸ்டிக் காமெடி தளத்தில் இயங்கும் இந்த நாடகம் பார்த்துக்கொண்டிருக்கும் படித்துக் கொண்டிருக்கும்போதே, கண்கட்டு வித்தை போல் அந்த வடிவத்தின் விளிம்புகளை எவ்விக் கடந்து உயர்கிறது. காடோவின் வரவுக்குக்காகக் காத்திருக்கும் இரண்டு பேரும் தொப்பி மாற்றிக் கொள்வதை லாரல்-ஹார்டி செய்கை ரக வர்ணனையாகச் சளைக்காமல் சொல்லும் பெக்கட் சட்டென்று ஒற்றை வரி வசனங்களாக அவர்களைப் பேசவிடும்போது ஏற்படும் அழுத்தம் அசாதாரணமானது.

நபர் 1(எஸ்ட்ரகன்) – செத்துப் போனவங்களோட குரலுங்க

நபர் 2(விளாடிமிர்) - எல்லாரும் ஒரே நேரத்தில் பேசறாங்க.

எஸ்ட்ரகன் – சலசலன்னு பேசறாங்க.

விளாடிமிர் – என்ன சொல்றாங்க?

எஸ்ட்ரகன் – அவங்க இருந்ததைப் பத்தி

விளாடிமிர் – உசிரோட இருந்தது போதாது அவங்களுக்கு

எஸ்ட்ரகன் – அதைப் பத்திப் பேசணுமாம்

விளாடிமிர் – செத்துப் போனது போதாது அவங்களுக்கு.

எஸ்ட்ரகன் – பத்தாதாம்.

ஆட்டன்பரோவின் படத்தில் காந்தியாக நடித்து ஆஸ்கர் விருது வாங்கிய சர் பென் கிங்ஸ்லி உட்பட எத்தனையோ தரமான

நடிகர்கள் காடோவுக்காகக் காத்திருத்தல் நாடகத்தின் பாத்திரமாக மேடையேறியிருக்கிறார்கள். சாம்யுவெல் பெக்கட்டின் நூற்றாண்டு கொண்டாடப்படும் இந்த நேரத்தில் நாடகம் இன்னும் தீவிரமாக இங்கிலாந்தில் அரங்கேற்றப்பட்டுவருகிறது. பார்க்க வேண்டாம். படித்தாலே தீவிரமான வாசக அனுபவத்தை ஏற்படுத்தும் நாடகம் இது.

மற்ற கட்டுக்கடைப் புத்தகங்கள் பற்றி சாவகாசமாக.

வால்ட்டர் த லாமேர்

போன நூற்றாண்டுக் கவிஞர் வால்ட்டர் த லாமேர் பற்றிப் படிக்க நேர்ந்தது.

ஓங்கி உயர்ந்த
குதிரைகளின் குளம்படிச் சத்தம்
தேய்ந்து மறைய
பின்னோக்கிப் பொங்கி நகரும்
மவுனம்

போன்ற வரிகளின் சொந்தக்காரரான இந்தக் கவிஞரின் தகப்பனார் 1827-ல் லண்டனில் பேங்க் ஓஃப் இங்கிலாந்தில் வேலை பார்த்தாராம். லண்டன் புறநகர்ப் பகுதியில் குடியிருந்த இவர் தினசரி குதிரைச் சவாரி செய்து அலுவலகம் போனவர்.

த லாமேரின் கவிதையை விட்டுவிட்டு மனம் அவருடைய தகப்பனாரின் குதிரையோடு தறிகெட்டு ஓடுகிறது. இந்தக் காலத்தில் புறநகரில் வசிப்பவர்கள் மோட்டார் சைக்கிள், ஸ்கூட்டரில் ஆப்பீஸ் போவதுபோல, அந்தக் காலத்தில் குதிரைச் சவாரி. பேங்க் ஓஃப் இங்கிலாந்து கட்டிடத்தில் குதிரை பார்க்கிங் இருந்ததா?

அடுத்தமுறை லண்டன் ஊசிநூல் தெருப் பக்கம் போகும்போது கட்டடத்தைக் கவனித்துப் பார்க்க வேண்டும்.

எடின்பரோ கோடை

இங்கிலாந்தில் கோடைக் காலம் தொடங்கிவிட்டது. ஓவர்கோட், கம்பளிக் கோட்டு, ஸ்வெட்டர் இத்யாதிகளுக்கு இப்போதைக்குப் பிரியாவிடை கொடுத்துப் பரணிலே ஏற்றிவிட்டு, டீ ஷர்ட்டோடும், பெர்மூடாவோடும் பிரின்சஸ் தெருவில் சனிக்கிழமை மதியக் கூட்டம் அலைமோதுகிறது. எல்லா டீ ஷர்ட்டிலும் கிட்டத்தட்ட ஒரே வாசகம் 'எனக்குப் பிடித்த அணி, இங்கிலாந்தை எதிர்த்து விளையாடும் அணி'.

உலகக் கோப்பை கால்பந்தாட்டத்தில் இங்கிலாந்து கடந்த வியாழக்கிழமை டிரினிடாட் டுபாகோ அணியை எதிர்த்து விளையாடி இரண்டு-பூஜ்யம் கோல் கணக்கில் வெற்றி பெற்றது ஏற்படுத்திய ஏமாற்றத்தை, பியர்க் கடை ஸ்டூலில் உட்கார்ந்து குடித்து விவாதித்து முடித்து ஸ்காட்லாந்து சகித்துக் கொண்டாகிவிட்டது. டேவிட் பெக்கம் ரைட் பாக்வேர்டாக பின்வரிசைக்கு இடம்பெயர்ந்து ஜாக்கிரதையாகத் தடுத்தாட உத்தேசித்தாலும், வரும் செவ்வாய்க்கிழமை நடக்கும் அடுத்த ஆட்டத்தில் இங்கிலாந்தின் முதுகில் ஸ்வீடன்காரர்கள் டின் கட்டிவிடுவார்கள்; அதோடு இந்தப் பசங்க ஆட்டம் க்ளோஸ் என்று தற்போதைய விவாதம் பிரின்சஸ் தெரு முனை, தோட்ட பெஞ்சுகளில் உற்சாகமாகத் தொடர்கிறது.

மாசேதுங் தாராள மனசோடு கைகாட்டிய ஆயிரம் மலர்களோடு கொசுறாக இன்னும் இருபது முப்பது பூ வகைகள் எல்லா நிறத்திலும் பூத்துக் குலுங்கி எடின்பரோ கோட்டைப் பகுதியை வண்ணக் களஞ்சியமாக்கியிருக்கும் நேர்த்தியை ரசிக்க நேரமில்லாமல், குரேஷியாவை எதிர்த்து பிரேசில் ஆட்டக்காரரன் காகா போட்ட அற்புதமான கோலை ஒருத்தன் செடிகொடிகளுக்கு நடுவே பசும்புல்லை மிதித்துத் துவைத்தபடி நிகழ்த்திக் காட்டிக்கொண்டிருக்கிறான். ரொனால்டோ, ரொனால்டின்ஹோ யாரும் இந்த வருடம் ஹீரோ இல்லை, இது காகா வருடம் என்று ஒரு சின்ன மஞ்சள் பூவைத் துடிக்கத் துடிக்கக் கிள்ளி எடுத்து இதழ் இதழாக வாயில் வைத்துக் கிழித்துத் துப்பியபடி இன்னொருத்தன் உற்சாகமாக குரலை உயர்த்துகிறான்.

உலகக் கோப்பை எப்போ முடியும் என்று கேட்டபடி மிச்ச மலர்கள் காற்றில் ஆடிக்கொண்டிருக்கின்றன.

எடின்பரோ ஸ்காட்டிஷ் அகாதமி

பிரின்சஸ் தெரு ராயல் ஸ்காட்டிஷ் அகாதமி வாசலில் பெரிய சைஸ் கன்னட சினிமா பேனர் தட்டுப்பட்டபோது மூக்குக் கண்ணாடியை மாற்ற வேளை வந்துவிட்டது என்றுதான் முதலில் தோன்றியது.

ஆனாலும் சந்தேகம் நிவர்த்தியாகாமல் இன்னும் அருகில் போய்ப் பார்க்க, அது பேனர்தான். பெரிய சைஸ்தான். கன்னடமேதான்.

பேனரில் நூறு வருடத்துக்கு முந்தைய கெட்-அப்பில் ஆணும் பெண்ணுமாக இரண்டு பேர் – முகமும் கழுத்தும் மட்டும். தலைக்கு மேல் நீளமாக பேனரின் இந்தக் கோடியிலிருந்து அந்தக் கோடிவரை நெளியும் கன்னட எழுத்துக்கள். இரண்டு முகத்திலும் கண் இமைகளுக்குக் கீழே ஓட்டை. ஓட்டை வழியாகப் பின்னால் இருந்து பார்த்துக் கொண்டிருக்கும் யாருக்கோ சொந்தமான இரண்டு ஜோடி நிஜக் கண்களும் பார்வையில் படுகின்றன. சர்ரியலிசச் சாயலைப் பூசிக்கொண்டு ஒரு சாயங்கால நேரம் மெல்ல நகர்ந்து வந்துகொண்டிருக்கிற உணர்ச்சி.

ராயல் ஸ்காட்டிஷ் அகாதமிக்குள் படியேறும்போது பேனருக்குப் பின்னால் கட்டிய சாரத்தில் இன்னொரு வெள்ளைக்கார ஜோடி ஜாக்கிரதையாகக் குதித்தேறி, மரப்பலகையில் செதுக்கியிருந்த

ஓட்டைகளுக்குள் கண் வைத்துப் பார்க்க ஆரம்பித்திருந்தது.

அகதாமியில் இந்த வாரம் ஸ்காட்டிஷ் கலைஞர்கள் மன்றத்தின் (சொசைட்டி ஓஃப் ஸ்காட்டிஷ் ஆர்ட்டிஸ்ட்) 109-ஆவது வருடக் கண்காட்சி தொடங்கியிருக்கிறது. நூற்றொன்பது வருடமாக விடாமல் கலைக் கண்காட்சி நடத்தும் இந்தக் கலைஞர் பேரவையை இந்த ஒரு சாதனைக்காகவே எவ்வளவு பாராட்டினாலும் தகும்.

நுழைவுச் சீட்டோடு காட்சி அட்டவணையையும் விலை கொடுத்து வாங்கிக்கொண்டு புரட்ட, இந்த ஆண்டுக் கண்காட்சியில் சிறப்பம்சம் இந்தியக் கலைஞர்களின் பங்களிப்பு.

கொல்கத்தா ரொபீந்த்ர பாரதி பல்கலைக் கழகக் கலை வரலாற்றுப் பேராசிரியரும் நீர் வண்ண ஓவியவருமான சோஹினி தார், *mixed media* படைப்புகளில் சாதனை படைக்கும் கவிதா ஜெய்ஸ்வால், களிமண் பிரதிமைகள் மற்றும் ப்ரின்ட் மேக்கிங், புகைப்படக்கலைஞரான சென்னை நாகசாமி ராமச்சந்திரன், இன்னொரு சென்னை ஓவியரான ரவிசங்கர் ஆகியோரின் படைப்புகள் இந்த ஆண்டு ஸ்காட்லாந்து கலைக் கண்காட்சியில் இடம் பெற்றுக் கவனத்தை ஈர்த்துவருகின்றன.

முக்கியமாக திருவல்லிக்கேணி ஓவியரான ரவிசங்கரின் செறிவும் அடர்த்தியும் கொண்ட பேனா மசி ஓவியங்கள் பற்றிக் குறிப்பிட்டே ஆகவேண்டும். கொஞ்சம் இந்திய மரபு ஓவியச் சாயலோடு இவர் வரைந்து காட்சிக்கு வைத்திருக்கும் இரண்டு ஓவியங்களுமே ஸ்காட்லாந்து பற்றியவை.

ஸ்காட்லாந்தின் தேசிய உடையான கில்ட் அணிந்தவன் குதிரையில் ஆரோகணித்திருக்கும் *I had my heart set on the dark horse* ஓவியத்தின் கருப்பு வெளுப்பு உருவாக்கும் *eerie* சூழல், குதிரையின் உடல், ஆரோகணித்திருப்பவனின் முகம் இவற்றின் பரப்பில் இயைந்தும் அல்லாமலும் நுணுக்கமாக நிரப்பப்பட்ட *visual* தகவல் செறிவால் கூடுதலாகத் தீவிரமடைகிறது. ஸ்காட்லாந்தின் தேசிய நாதசுவரமான பேக்-பைப் வாசிக்கும் கலைஞனைச் சித்திரிக்கும் *Bagpipes wrapped around my memories* ஓவியத்தில் வாத்தியக் கலைஞனைச் சுற்றிக் குழல் போல வளைந்து நெருக்கும் வளையங்களில் ஒன்று முதுகுக்குப் பின்னாலிருந்து பாம்புத் தலையாக எட்டிப் பார்க்கிறது. பாரம்பரிய உடையான கில்ட்டின்

மேல்சட்டைப் பையில் லா கோஸ்ட்டே உடை தயாரிப்பாளரின் முத்திரை எழுதியிருந்த நினைவு.

வாசலில் வைத்திருக்கும் கன்னட பேனர்? பெங்களூரில் பேனர் ஆர்ட்டிஸ்டாக எத்தனையோ கன்னட, இந்தி, தமிழ்ப் படங்களுக்கு பேனர் எழுதிய மூர்த்தி முத்து, லாசர் என்ற கலைஞர்களின் ஒத்துழைப்போடு, எடின்பரோ சிற்பக் கலைஞர் ஏனியஸ் வைல்டர் உருவாக்கியது. எட்வர்ட் ஸ்டூவர்ட் சார்லஸ், ப்ளோரா மக்டொனால்ட் என்ற நூறு வருடத்துக்கு முற்பட்ட ஸ்காட்லாந்துப் பிரபுவும் சீமாட்டியும் இடம் பெறும் இந்த பேனர், 'To see ourselves as others see us' என்ற கவிஞர் ராபர்ட் ப்ரவுனின் கவிதை வரிகளுக்கு உயிர் கொடுப்பது. பேனரின் கண் துவாரங்கள் வழியாகப் பின்னாலிருந்து உலகத்தைப் பார்க்கும்போது, 'பார்வையாளர்கள் காட்சிப் பொருள் இரண்டும் கலந்த தற்கால உலகளாவிய கலாச்சாரம் சார்ந்த அடையாளத்தை அடையும் அனுபவம் கிட்டுவதாக' கண்காட்சியின் காட்சிப் பட்டியல் அறிவிக்கிறது.

காட்சியும் நானே. காண்பதும் நானே.

மூரியல் ஸ்பார்க்

அண்மையில் காலமான எடின்பரோ எழுத்துக்காரியும் பின்நவீனத்துவப் படைப்பாக்கத்தின் முக்கியமான முன்னோடியுமான மூரியல் ஸ்பார்க் பற்றிக் குறிப்பிட்டிருந்தது நினைவிருக்கலாம்.

ஸ்பார்க்கின் புகழ்பெற்ற நாவலான The Prime of Miss Jean Brodie (பெங்குவின் வெளியீடு) படிக்கக் கிடைத்தது.

நிஜவாழ்க்கை, அதைச் சார்ந்தும், விலகிப் படர்ந்தும் பந்தலிட்டுப் போகும் புனைவு என்று நகரும் நாவல் 1930-களின் ஆரம்பத்தில் எடின்பரோ நகரப் பெண்கள் பள்ளியைக் களமாகக் கொண்டது. மிஸ் ப்ராடி என்ற ஆரம்பப் பள்ளி ஆசிரியை கல்வி, அறிவுத் தேடல், இவற்றோடு வாழ்க்கையின் தொடர்பு பற்றிய மரபான சிந்தனைகளோடு வேறுபட்டவள். இவளுடைய வகுப்பு மாணவி ஒருத்தியின் பார்வையில் கதை சொல்லப்படுகிறது.

கதை நடைபெறும் கிட்டத்தட்ட முப்பது வருட காலத்தை வளைத்து நெகிழ்த்திக் குறுக்கி கதையாடலோடு சிரமமில்லாமல் கலக்க வைக்கும் முயற்சியில் மூரியல் ஸ்பார்க் பெற்றிருக்கும் வெற்றி அசாதாரணமானது. 'முப்பது வருடம் கழித்து ஹோட்டல் தீ விபத்தில் இறக்கப்போகிற மேரி வகுப்பில் டீச்சரைப் பார்த்துக் கேட்டாள்' என்று சகஜமாக ஆரம்பிக்கும் வாக்கியங்கள்.

இந்த *foretelling*-ல் குறித்த எதிர்காலம் அடுத்த வாக்கியத்தில் நிகழ்காலமாகிறது. அங்கே இருந்து *flash-back*-ல் ஒரு பத்து வருடம் பின்னால் போய் ஒரு விவரிப்பு. அது வளைந்து திரும்பி அடுத்த வாக்கியத்தில் வகுப்பில் மேரியோடு டீச்சருக்கு முன்னால் மறுபடியும் பாடம் கேட்க உட்கார்ந்துவிடுகிறது.

இந்த மாணவிகள் ஒவ்வொருவருக்கும் ஒரு தனித்தன்மை. டீச்சருக்கு அவளுடையது. மாணவிகள் டீச்சர் கோடிகாட்டிய அவளுடைய பழைய கால அனுபவங்களைத் தங்கள் கற்பனையால் முழுமைப்படுத்த முற்படுகிறார்கள். அதை எல்லோருடைய நிகழ்கால அனுபவங்களும், அவை ஏற்படுத்தும் புதிய கற்பனைகளும் பாதித்துக்கொண்டிருக்க, எல்லாமே காலத்தோடு நகர்ந்து மாறிக் கொண்டே இருக்கின்றன.

ஒரு சின்னக் குழப்பம்கூட ஏற்படுத்தாமல் பக்கங்கள் நகர, விறுவிறுவென்று நாவல் பாய்ந்து, சட்டென்று முடியும்போது மூரியல் ஸ்பார்க்கின் படைப்பாற்றல் ஏற்படுத்திய பிரமிப்பு இன்னும் அடங்கியபாடில்லை.

புதிய சிந்தனைகளோடும் படைப்பாக்கம் குறித்த உற்சாகத்தோடும் உலக இலக்கியப் போக்குகளை உள்வாங்கி மாற்றி, படர்த்தி, ஆழப்படுத்தி முன்னெடுத்துச் செல்லும் இம்மாதிரிப் படைப்புகள் எல்லா மொழிகளிலும் அவற்றுக்கு உரிய கவனிப்பையும், வரவேற்பையும் பெற்றிருக்கின்றன - தமிழைத் தவிர.